Lời cầu nguyện: Sức mạnh vĩ đại nhất trên thế giới

Huy động 10 triệu người cầu bầu cho các QUỐC GIA

Qua

Frank C. Laubach và Zacharias Godseagle

Mục lục

Về cuốn sách - Cầu nguyện: Sức mạnh vĩ đại nhất thế giới - Huy động 10 triệu người cầu thay cho CÁC QUỐC GIA

Khám phá sức mạnh biến đổi của lời cầu nguyện trong — *"Prayer: The Mightiest Force in the World - Mobilizing 10 million Intercessors for the NATIONS* ", một tác phẩm phi hư cấu hấp dẫn của Cơ đốc giáo thúc giục độc giả huy động một phong trào gồm 10 triệu người cầu thay. Cuốn sách này, do **Frank C. Laubach và Zacharias Godseagle chấp bút** , nhấn mạnh rằng lời cầu nguyện là một sức mạnh to lớn có khả năng thay đổi cuộc sống, các quốc gia và thế giới nói chung.

Nó thách thức mọi người cầu nguyện mạnh dạn và liên tục cho các nhà lãnh đạo, cộng đồng và sự đột phá cá nhân, nêu bật các ví dụ lịch sử và lời chứng thực về tác động của lời cầu nguyện. Với các kế hoạch hành động, câu hỏi phản ánh và phần nhật ký cho cá nhân và nhóm, tác phẩm này trang bị cho người đọc để đào sâu đời sống cầu nguyện của họ và khuyến khích sự cầu bầu tập thể cho các quốc gia.

Cho dù bạn cảm thấy bất lực trong một thế giới hỗn loạn hay mong muốn sự can thiệp của thần thánh, lời kêu gọi hành động của Frank và Zacharias sẽ truyền cảm hứng cho bạn tham gia vào một cuộc phiêu lưu tâm linh có ý nghĩa sâu sắc với những câu chuyện có thật để chứng minh điều này. Hãy đón nhận lời kêu gọi cầu nguyện và tạo ra sự khác biệt lâu dài trên thế giới.

Đây là phiên bản thứ bảy của tác phẩm gốc năm 1945.

Zacharias Godseagle

Giới thiệu

Lời cầu nguyện: Sức mạnh vĩ đại nhất trên thế giới - Huy động 10 triệu người cầu thay cho CÁC QUỐC GIA

Sẽ thế nào nếu tôi nói với bạn rằng bạn nắm giữ **sức mạnh mạnh mẽ nhất thế giới** —một sức mạnh lớn hơn chính trị, tiền bạc hay sức mạnh quân sự? Sẽ thế nào nếu chìa khóa để thay đổi quốc gia, chữa lành trái tim và biến đổi cuộc sống của chính bạn đã nằm trong tay bạn?

Sức mạnh đó chính là **lời cầu nguyện.**

Trong suốt chiều dài lịch sử, **lời cầu nguyện đã di chuyển núi non, ngăn chặn chiến tranh, chữa lành người bệnh và mở ra những cánh cửa không thể** . Nó không chỉ là một thói quen tôn giáo mà còn là sự **kết nối trực tiếp với quyền năng của Chúa.** Tuy nhiên, nhiều người **đánh giá thấp nó, bỏ bê nó hoặc không hoàn toàn tin vào nó.**

Hãy nghĩ về điều này:

- Nếu **lời cầu nguyện của một người** có thể khiến mặt trời đứng yên (Giô-suê 10:12-14), thì lời cầu nguyện của bạn có thể làm được gì?
- Nếu **lời cầu nguyện của một người phụ nữ** có thể thay đổi vận mệnh của một quốc gia (Ê-xơ-tê 4:16), thì lời cầu nguyện của bạn có thể định hình thế giới như thế nào?
- Nếu **một lời cầu nguyện đức tin** có thể khiến người chết sống lại (Giăng 11:41-44), thì những đột phá nào đang chờ đợi lời cầu nguyện của bạn?

Sự thật là **chúng ta CÓ THỂ thay đổi thế giới—nếu có đủ người cầu nguyện.**

Lời kêu gọi cầu nguyện chưa từng có

Hiện tại, chúng ta đang sống trong thời đại **bất ổn, xung đột và sợ hãi** . Chính phủ đấu tranh, gia đình tan vỡ và mọi người cảm thấy lạc lõng. Nhưng giữa bóng tối, có **một giải pháp chưa bao giờ thất bại - cầu nguyện.**

Cuốn sách này, " **Cầu nguyện: Sức mạnh vĩ đại nhất trên thế giới - Huy động 10 triệu người cầu thay cho các QUỐC GIA"** không chỉ nói về **lý do tại sao** cầu nguyện có hiệu quả—mà còn nói về **cách** cầu nguyện theo cách giải phóng sức mạnh của Chúa trong cuộc sống, cộng đồng và thế giới của bạn. **Mỗi chương sẽ thách thức bạn cầu nguyện một cách mạnh dạn, kiên trì và với đức tin không thể ngăn cản.**

Khi bạn đọc xong cuốn sách này, bạn sẽ:

- **Hiểu được sức mạnh của lời cầu nguyện hơn bao giờ hết.**
- **Biết cách cầu nguyện cho các nhà lãnh đạo, quốc gia và sự thay đổi thế giới.**
- **Trải nghiệm sự thân mật sâu sắc hơn với Chúa.**
- **Xem câu trả lời thực sự cho lời cầu nguyện trong cuộc sống của bạn.**
- **Được trang bị để lãnh đạo người khác trong phong trào cầu nguyện.**
- **Bạn sẽ được thúc đẩy và truyền cảm hứng để tham gia vào nhóm 10 triệu người cầu thay cho CÁC QUỐC GIA trước năm 2045.**

Câu hỏi đặt ra là: **Bạn đã sẵn sàng tham gia cùng 10 triệu Người cầu nguyện cho thế giới của chúng ta chưa?**

Nếu bạn mệt mỏi vì cảm thấy bất lực trong một thế giới hỗn loạn...

Nếu bạn khao khát được chứng kiến Chúa hành động theo những cách kỳ diệu... Nếu bạn sẵn sàng bước vào **cuộc phiêu lưu tâm linh vĩ đại nhất** trong cuộc đời mình...

Vậy thì chúng ta hãy bắt đầu.

Bởi vì **CẦU NGUYỆN, theo Frank C. Laubach, không chỉ là một việc thực hành mà còn là sức mạnh to lớn nhất trên thế giới.**

Lời cầu nguyện: Sức mạnh vĩ đại nhất thế giới được Frank C. Laubach viết và xuất bản vào ngày 1 tháng 1 năm 1946.

Ý định của ông là huy động 10 triệu linh hồn để cầu thay cho các quốc gia. Cuốn sách này là một tác phẩm mở rộng về công trình của Frank bằng tiếng Anh đương đại với các bản tóm tắt, kế hoạch hành động cho cá nhân và nhóm với nhật ký ở cuối mỗi chương.

Cuốn sách này nói về điều gì

- Cuốn sách nói về sức mạnh của lời cầu nguyện chuyển cầu.
- Tài liệu này bao gồm các ví dụ về cách cầu nguyện có hiệu quả trong các cuộc xung đột khác nhau trong Thế chiến II.
- Laubach là một nhà giáo dục và nhà truyền giáo cho người Hồi giáo Moro ở Mindanao thuộc quần đảo Philippines.
- Cuốn sách này được coi là sách phi hư cấu của Cơ đốc giáo.

Tại sao nên đọc cuốn sách này?

- Để tìm hiểu về tầm quan trọng của việc cầu nguyện cho người khác, không chỉ cho chính mình.
- Học cách nhìn thế giới ở góc độ vĩ mô và vi mô khi chúng ta cầu nguyện.
- Để tìm hiểu về tầm quan trọng của việc mọi người cầu nguyện cho các nhà lãnh đạo thế giới.

Bạn nên thực hiện hành động gì?

Bạn có thể tham gia cộng đồng 10 triệu người trên Facebook qua liên kết này –

https://www.otakada.org/facebookintercessory

Bạn có thể tham gia Cộng đồng 10 triệu Người cầu thay trên WhatsApp qua liên kết này –

https://www.otakada.org/whatsappintercessory

BẠN CÓ THỂ TÌM HIỂU về 10 triệu điều phối viên phong trào Người cầu thay tại God's Eagle Ministries (GEM) qua liên kết này – https://www.otakada.org

Hẹn gặp lại bạn ở bên kia nhé!

Đội quân cầu thay của God's Eagle Ministries (GEM) cho thời kỳ cuối cùng!

Trích dẫn cầu bầu

"Giáo hội vẫn chưa chạm đến ranh giới của khả năng cầu nguyện chuyển cầu. Những chiến thắng lớn nhất của Giáo hội sẽ được chứng kiến khi các Kitô hữu cá nhân ở khắp mọi nơi nhận ra chức tư tế của mình đối với Chúa và ngày qua ngày dâng mình cho lời cầu nguyện." (John Mott)

"Cầu bầu cho con người là cách mạnh mẽ và thiết thực nhất để chúng ta bày tỏ tình yêu của mình đối với họ." (John Calvin)

"Chúa Giê-su Christ cầu thay cho chúng ta trên thiên đàng; Chúa Thánh Linh cầu thay cho chúng ta trên đất; và chúng ta, những thánh đồ, phải cầu thay cho tất cả mọi người." (Oswald Chambers)

"Sự cầu bầu của Chúa Jesus cho chúng ta mạnh mẽ hơn lời buộc tội của Satan đối với chúng ta." (Mike Bickle)

"Thiên Chúa không bao giờ ban cho chúng ta sự sáng suốt để chúng ta có thể chỉ trích, nhưng để chúng ta có thể cầu thay." (Oswald Chambers)

"Sự phân định là lời kêu gọi của Chúa để cầu thay, chứ không phải là để chỉ trích." (Corrie Ten Boom)

"Cầu nguyện phải có phạm vi rộng – nó phải cầu xin cho người khác. Cầu thay cho người khác là dấu hiệu của mọi lời cầu nguyện chân chính. Khi lời cầu nguyện chỉ giới hạn trong bản thân và trong phạm vi nhu cầu cá nhân của một người, nó sẽ chết vì sự nhỏ bé, hẹp hòi và ích kỷ của nó." (Edward McKendree Bounds)

"Mọi lời cầu nguyện thiết yếu đều làm cạn kiệt sức sống của một người. Sự cầu bầu thực sự là một sự hy sinh, một sự hy sinh đẫm máu." (John Henry Jowett)

"Lời cầu nguyện của chúng ta đặt đường ray để quyền năng của Chúa có thể đến. Giống như một đầu máy xe lửa mạnh mẽ, quyền năng của Ngài là không thể cưỡng lại, nhưng nó không thể đến với chúng ta nếu không có đường ray." (Watchman Nee)

"Nếu bạn là người cầu thay, bạn sẽ thấy nhiều nhu cầu, nhưng bạn cũng sẽ thấy nhiều lời cầu nguyện được đáp lại." (Ngã tư tiên tri)

"Lịch sử thuộc về những người cầu bầu – những người tin tưởng và cầu nguyện cho tương lai thành hiện thực." (Walter Wink)

"Chúa đặt gánh nặng lớn nhất lên vai những ai có thể mang được gánh nặng đó." (Tác giả không rõ tên)

"Thờ phượng là đồng ý với việc Chúa là ai, trong khi cầu thay là đồng ý với những gì Chúa hứa sẽ làm." (Tác giả không rõ)

"Lời cầu nguyện chuyển cầu có thể được định nghĩa là yêu thương người lân cận của chúng ta bằng cách quỳ gối." (Charles Bent)

"Sự cầu bầu thực sự là công việc phổ quát cho người Cơ Đốc. Không nơi nào đóng cửa với lời cầu bầu. Không lục địa nào – không quốc gia nào – không tổ chức nào – không thành phố nào – không văn phòng nào. Không có quyền lực nào trên trái đất có thể ngăn cản sự cầu bầu." (Richard Halverson)

"Sức mạnh của sự cầu bầu là kết quả của sự thân mật. Không có sự khác biệt giữa hai điều này." (Corey Russel)

"Sự cầu thay là điều vị tha nhất mà bất cứ ai cũng có thể làm." (Paul Billheimer)

"Chúng ta càng dành nhiều thời gian cầu nguyện cầu thay cho những người có thẩm quyền thì thực ra chúng ta càng cầu thay cho chính mình." (Carol Helmick)

"Một cộng đồng Cơ đốc giáo tồn tại và phát triển nhờ sự cầu bầu của các thành viên cho nhau, nếu không nó sẽ sụp đổ." (Dietrich Bonhoeffer)

"Sự cầu thay có nghĩa là nâng mình lên đến mức có thể hiểu được tâm trí của Chúa Kitô về người mà chúng ta đang cầu nguyện cho." (Oswald Chambers)

"Sự cầu bầu của Chúa Kitô là việc liên tục áp dụng sự chết của Ngài cho sự cứu rỗi của chúng ta." (John Calvin)

"Mọi loại cầu nguyện, không chỉ có lời cầu nguyện chuyển cầu, là loại cầu nguyện cao nhất, mà tất cả mọi lời cầu nguyện, từ loại thấp nhất đến loại cao nhất, đều không thể thực hiện được trong một cuộc sống biết rõ và được phép phạm tội." (Alexander Whyte)

Những câu chuyện có thật về TÁC ĐỘNG của lời cầu nguyện chuyển cầu

39 chiến binh của David Livingstone ở Châu Phi

CÂU CHUYỆN VỀ TẦM QUAN trọng và sức mạnh của sự cầu bầu được kể bởi David Livingstone, một nhà truyền giáo thám hiểm từ Scotland đến Châu Phi vào thế kỷ 19.

David Livingstone

David đã trở thành một nhà truyền giáo thám hiểm đến Châu Phi như thế nào? Ông đã nghe một câu chuyện về một nhà truyền giáo khác. Nhà truyền giáo này, sau một thời gian dài ở Châu Phi, đã trở về nhà thờ mà ông đã phái đi ở Scotland để báo cáo về công việc và chức thánh của mình và kêu gọi thêm nhiều người lao động đến Châu Phi. Ông đã đến nhà thờ; lúc đó là mùa đông, lạnh và mưa. Không có nhiều người đến, và ông đã hơi thất vọng.

Nhiều người có mặt ở đó là người lớn tuổi. Thật tuyệt khi họ ở đó, nhưng họ không phù hợp với lĩnh vực truyền giáo. Ông vẫn cảm thấy mình nên truyền đạt cùng một thông điệp, vì vậy ông tiếp tục truyền đạt thông điệp.

Ông giải thích rằng họ cần thêm nhân công và kết thúc cuộc nói chuyện. Ông kết thúc như sau:

"Ai sẽ đi? Ai sẽ đi? Ai sẽ đi?"

Ông không biết rằng người chơi đàn organ có một cậu bé trợ lý. Khi tiếng nhạc organ vang lên, cậu bé đứng dậy và hét lên, "Con sẽ đi! Con sẽ đi! Con sẽ đi!" Tên của cậu bé đó là David Livingstone.

Sau đó, ông khuyên David, "Nếu Chúa đã gọi anh đến Châu Phi, tôi đề nghị anh trở thành bác sĩ y khoa, và anh có thể đến Châu Phi với tư cách là một nhà truyền giáo y khoa." David lớn lên, đi học trường y và trở thành bác sĩ. Sau đó, anh đến Châu Phi với tư cách là một nhà truyền giáo y khoa và làm việc không mệt mỏi.

Có một bộ lạc cụ thể mà họ đang cố gắng tiếp cận, và điều đó rất khó khăn. Tù trưởng đã gửi cho anh ta một tin nhắn nói rằng, "Chúng tôi sẽ đến vào đêm nay, và chúng tôi sẽ giết anh và tất cả mọi người trong khu nhà của anh."

Bây giờ, lý do chúng ta biết mọi chi tiết của câu chuyện này là vì tôi đã nghiên cứu nó. David Livingstone đã viết nhật ký, và tất cả những điều này đều được ghi lại trong đó. Trong nhật ký của mình, ông đã viết, "Lạy Chúa, chúng con đã lao động rất trung thành. Xin hãy bảo vệ chúng con. Xin hãy giúp chúng con." Ông sợ những gì có thể xảy ra, lo lắng rằng chức thánh của họ sẽ bị xóa sổ và mọi người sẽ chết. Nhưng họ đã không giết họ. Vài năm sau, cuối cùng họ đã giới thiệu thủ lĩnh của bộ tộc với Chúa Jesus, và toàn bộ cộng đồng đã cải đạo và đi theo Ngài.

Sau đó, David Livingstone nói với tù trưởng, "Ông đã gửi cho tôi một tin nhắn rằng ông sẽ đến giết tôi và mọi người trong khu nhà." Tù trưởng trả lời, "Vâng, chúng tôi đã đến." David hỏi, "Tại sao ông không giết chúng tôi?"

Tù trưởng nói, "Khi chúng tôi đến khu phức hợp, chúng tôi thấy 39 người khổng lồ vây quanh khu phức hợp. Chúng tôi đếm họ — họ là những chiến binh to lớn, và có 39 người trong số họ vây quanh khu phức hợp."

Vài năm sau, David Livingstone trở về nhà thờ mà ông đã phái đi ở Scotland và kể lại câu chuyện đó. Vào cuối buổi họp, thư ký nhà thờ đã đến gặp ông và nói, "Bác sĩ Livingstone, ông có nhớ ngày mà thủ lĩnh sẽ đến và giết ông không?"

Ông trả lời, "Tất nhiên là tôi biết ngày đó." Cô ấy đưa cho ông ngày đó. Thư ký của nhà thờ mở nhật ký nhà thờ và cho ông thấy rằng vào ngày đó, có 39 người trong nhà thờ ở Scotland cầu nguyện cho ông — và có 39 chiến binh bao quanh khu nhà.

"Đừng nói đó là sự trùng hợp ngẫu nhiên."

David Livingstone ở Châu Phi – Tác động của lời cầu nguyện

Lời chứng đáng kinh ngạc và mạnh mẽ này về quyền năng của Chúa trong cuộc sống, đặc biệt là khi liên quan đến sự cầu nguyện và cuộc sống phục vụ trong cuộc đời của David Livingstone trong chuyến truyền giáo của ông tới Châu Phi.

David Livingstone sinh ra tại Blantyre, Scotland vào năm 1813. Ông sinh ra trong một gia đình mà cha ông thường đặt ông quỳ xuống và đọc cho ông nghe những câu chuyện về những chiến công truyền giáo vĩ đại, đặc biệt là câu chuyện của Karl Gützlaff, nhà truyền giáo người Hà Lan kiêm luôn cả vai trò là một nhà truyền giáo y khoa. Cậu bé David thường nhìn vào mắt cha mình và nói, "Cha biết không, một ngày nào đó con sẽ trở thành một người đàn ông như thế. Con muốn trở thành một nhà truyền giáo. Con muốn trở thành một bác sĩ. Con muốn phục vụ Chúa."

Một ngày nọ, David Livingstone quỳ xuống và cầu nguyện rằng: "Lạy Chúa, xin hãy sai con đi bất cứ nơi nào, chỉ cần đi với con. Đặt bất kỳ gánh nặng nào lên con, chỉ cần nâng đỡ con. Cắt đứt mọi ràng buộc, nhưng hãy cắt đứt những ràng buộc ràng buộc con với sự phục vụ của Ngài và với trái tim Ngài," và lời của Chúa đã đến với ông "Này, Ta luôn ở cùng các ngươi, cho đến tận thế."

Ông thu dọn hành lý và lên đường đến Châu Phi. Và khi ông thoáng nhìn Châu Phi từ xa, ông đã viết vào nhật ký những lời này: "Bóng ma ám ảnh của làn khói từ hàng ngàn ngôi làng dưới ánh nắng ban mai đã thiêu đốt trái tim tôi."

Ông kết hôn với một người phụ nữ của Gia đình Moffat nổi tiếng – tên bà là Mary. Cha bà là một nhà truyền giáo vĩ đại. Họ đã đến Châu Phi. Nhưng cuộc đời của David Livingstone là cuộc đời của một nhà thám hiểm và ông sẽ di chuyển từ nơi này sang nơi khác và mục tiêu duy nhất của ông là Chúa Jesus trong trái tim và cuộc sống của những người đàn ông và phụ nữ – hàng ngàn người trong số họ.

Cuối cùng, vợ và gia đình trẻ của ông không thể theo kịp ông nữa. Một số đứa con của ông đang chết vì bệnh tật nên ông nói với vợ mình, "Mary, sao em không đưa chúng về nhà, anh sẽ sớm gặp em và dành thời gian cho em. Chúng ta đi tiếp thì quá nguy hiểm."

Vì vậy, ông đã gửi người vợ thân yêu Mary trở về nhà và những lá thư sẽ mất hàng tháng để trao đổi, nhưng một số lá thư tình yêu và lãng mạn nhất đã được gửi giữa David và Mary và bạn biết khi nào ông gặp lại cô ấy lần tiếp theo không? Không phải năm tuần. Không phải năm tháng. Năm năm.

Năm năm sau, khi ông nhìn thấy vợ mình, bà không thể nhận ra ông vì trong một lần đi truyền giáo trong rừng, ông đã đâm vào một cành cây khiến một bên mắt và bên còn lại của ông bị mù hoàn toàn. Khuôn mặt ông đã bị cháy dưới ánh nắng mặt trời châu Phi đến mức như da thuộc và làn da của ông, vốn không được nhuộm màu, đã bị nướng đến mức cơ thể ông không thể chịu đựng được nữa. Khuôn mặt ông bị hủy hoại và đầy sẹo, mắt ông bị mù và có lần ông đã bị một con sư tử tấn công và xé toạc một bên vai của ông. Ông đã thoát chết một cách kỳ diệu.

Bây giờ bà thấy chồng mình khập khiễng đi vào với khuôn mặt bị hủy hoại và vẻ mặt biến dạng. Vài giờ trước khi ông đến, họ đã chôn cất cha ông. David khóc vì anh mong muốn được kể cho cha mình nghe những câu chuyện mà cha anh chỉ kể lại cho anh qua lời kể của người thứ ba.

Những bản phác thảo tiểu sử cho chúng ta biết rằng khi David Livingstone bước vào bất kỳ trường đại học nào ở Quần đảo Anh, sinh viên và giảng viên sẽ đứng dậy hoan nghênh nhiệt liệt vì họ biết rằng họ đang đứng trước một người đàn ông vĩ đại.

Cuối cùng, một ngày nọ, ông trở về với vợ và nói, “Mary, bóng ma ám ảnh của làn khói từ hàng ngàn ngôi làng dưới ánh nắng ban mai vẫn còn cháy trong tim tôi. Chúng ta cần phải quay lại.” Bà quyết định rằng ông nên đi – bà phải ở bên các con. Bà nói, “Khi tất cả chúng đủ lớn, em sẽ lại đi cùng anh, David.” Và ông bắt đầu cuộc hành trình cô đơn của mình để rao giảng cho những người dân châu Phi, những người luôn ở trong trái tim ông.

Cuối cùng sau một thời gian dài, Mary đã đến với anh và vào ngày cô đặt chân lên đất Châu Phi, cô đã mắc phải một căn bệnh mà họ rất sợ cô sẽ mắc phải. Ngay ngày cô đặt chân đến Châu Phi, cô đã mắc phải căn bệnh đó và vài ngày sau, anh đã chôn cất cô.

Được hạ xuống đất của vùng đất châu Phi ở đó, một nhân chứng cho biết David Livingstone đã quỳ xuống bên cạnh ngôi mộ, khóc lóc thảm thiết, và họ nghe thấy ông cầu nguyện, "Lạy Chúa Jesus, vua của con, cuộc đời con, tất cả của con, con một lần nữa hiến dâng cuộc đời con cho Ngài. Con sẽ không coi trọng bất cứ thứ gì con sở hữu hoặc bất cứ điều gì con có thể làm ngoại trừ liên quan đến vương quốc của Ngài và sự phục vụ của Ngài."

Qua tất cả những điều đó, lời Chúa đã chạm đến trái tim tôi, Ngài phán rằng: "Nầy, Ta thường ở cùng các ngươi mọi ngày cho đến tận thế."

Ông nhặt đồ đạc của mình và đi bộ trở về ngôi làng quê hương Ujiji. Khi ông đến nơi và bước vào ngôi nhà nhỏ của mình ở đó, ông phát hiện ra rằng có ai đó đã chơi khăm ông một trò đùa tàn nhẫn và đã đánh cắp thuốc men mà ông rất cần vì cơ thể ông bị giày vò bởi nỗi đau, nỗi đau không thể kể xiết. Ông bước đi trong đau đớn liên tục. Và họ nói rằng trong một trong số rất ít thời điểm trong cuộc đời ông, ông đã cầu nguyện cho chính mình, ông quỳ xuống và nói, "Chúa ơi, Người đã hứa rằng Người sẽ luôn ở bên con! Con cần thuốc men đó nếu con muốn tiếp tục rao giảng phúc âm!"

Khi cầu nguyện, ông nghe thấy tiếng bước chân, và theo câu chuyện kể lại, ông thấy một đôi chân đặt trước mặt mình và lần đầu tiên sau một thời gian dài, ông ngẩng mặt lên – ông nhìn vào khuôn mặt của một người đàn ông da trắng không sống ở Châu Phi. Ông nói, "Thưa ông, ông là ai?" Và người đàn ông trả lời, "Tôi cho là Tiến sĩ Livingstone?" (Những lời nổi tiếng đó) Ông nói, "Vâng, thưa ông."

"Ông Livingstone, tôi là phóng viên báo chí, tôi được giao nhiệm vụ viết một bài về cuộc đời ông. Tôi muốn ông biết hai điều về tôi. Thứ nhất, tôi là người vô thần vênh váo nhất trên trái đất này. Xin đừng cố cải đạo tôi. Thứ hai, có người đã gửi thuốc cho ông."

David nói, "Làm ơn đưa thuốc cho tôi."

Vì vậy, ông Henry M. Stanley bắt đầu du hành cùng David Livingstone. Bốn tháng sau, người vô thần ngạo mạn nhất trên mặt đất đã quỳ xuống đất Châu Phi và dâng hiến cuộc đời mình cho Chúa Jesus Christ.

Một trong những tiểu sử hay nhất mà bạn từng đọc về David Livingstone – hai tập có tựa đề "Livingstone of Africa" của Henry M. Stanley. Stanley nói,

"Sức mạnh của cuộc đời Chúa Kitô thật tuyệt vời và tôi phải thắt chặt dây an toàn. Tôi không thể chịu đựng được nữa."

Cuối cùng, cơ thể ông bắt đầu co rúm lại vì nhiệt độ cao và đau đớn (họ thường khiêng ông đi khắp làng trên cáng). Một ngày nọ, khi đang rao giảng trên cáng, run rẩy thực sự, cuối cùng ông nhìn vào hai người anh em đồng hương của mình và nói, "Xin hãy đưa tôi về nhà. Tôi rất, rất ốm. Tôi rất mệt, tôi cần ngủ một chút." Họ đưa ông trở về nhà và sắp đổ ông lên giường thì ông nói, "Không, xin hãy giúp tôi quỳ xuống."

Livingstone quỳ xuống bên giường, chắp tay và bắt đầu cầu nguyện. Lời cầu nguyện của ông sâu sắc đến thế, nơi ẩn náu của ông độc đáo đến nỗi những người anh em châu Phi của ông cảm thấy thật là phạm thượng khi ở trong sự hiệp nhất/giao tiếp duy nhất của ông với Chúa và họ bước ra khỏi căn phòng nhỏ của ông.

Sau đó, có người chạy đến và nói, "Tôi cần gặp ông Livingstone một lát." Họ nói, "Suỵt! Xin hãy im lặng. Ông ấy đang cầu nguyện." Năm phút trôi qua, họ nhìn vào trong. Ông ấy vẫn quỳ gối. Vài phút trôi qua, họ nhìn vào trong. Ông ấy vẫn quỳ gối. Sau một khoảng thời gian dài trôi qua, họ nhìn vào trong. Ông ấy vẫn quỳ gối.

Một người trong số họ cảm thấy người đàn ông quá mệt mỏi để tiếp tục cầu nguyện. Ông cần ngủ một chút. Ông bước tới chỗ ông và một người trong số họ lắc vai ông và hỏi, "Bạn muốn gì? Bạn muốn gì?"

Livingstone ngã xuống. Ông đã chết.

Ông đã chết đúng như cách ông đã sống – trước sự hiện diện của Chúa.

Ông không chạy trốn khỏi tiếng nói của Ngài. Ông không vẫy một ngọn đèn không có ánh sáng. Ông không bán một linh hồn để đổi lấy một thú vui trần thế. Nhưng bóng ma ám ảnh của làn khói của hàng ngàn ngôi làng đã tự thiêu đốt trong trái tim ông để ông có thể nói, "Lạy Chúa Jesus, vua của con, cuộc đời con, tất cả của con, con một lần nữa hiến dâng bản thân con cho Ngài."

Bạn sẵn sàng cho đi điều gì? Lời cầu nguyện tận tụy của bạn là gì? Có lẽ ơn gọi của bạn không phải là đến Châu Phi; tuy nhiên, ngay tại nơi bạn đang ở, bạn đang được kêu gọi làm gì? Chúa đang nhẹ nhàng kêu gọi tất cả chúng ta phục vụ.

Tôi nhớ đến lời bài hát phúc âm cũ:

Trong cánh đồng lúa chín vàng, có một công việc cho tất cả mọi người phải làm,

Hãy lắng nghe tiếng gọi của người chủ, đến mùa gặt, đang gọi bạn.

Nơi bạn được gọi đến để làm việc có vẻ quá nhỏ bé và ít người biết đến không?

Thật tuyệt vời nếu Chúa ở trong đó, vì Ngài sẽ không từ bỏ dân sự của Ngài.

Ít là Nhiều, Nếu có Chúa trong đó, Lao động không phải vì tiền bạc hay danh vọng

Có một vương miện và bạn có thể giành được nó, nếu bạn bước đi trong danh Chúa Jesus

Khi cuộc xung đột ở đây đã kết thúc và cuộc đua trên trái đất của chúng ta đã kết thúc

Ngài sẽ nói nếu bạn trung thành, "Chào mừng con về nhà, con làm tốt lắm!"

Ít là Nhiều, Nếu có Chúa trong đó, Lao động không phải vì tiền bạc hay danh vọng

Có một vương miện và bạn có thể giành được nó, nếu bạn bước đi trong danh Chúa Jesus

Những câu chuyện về cách cầu nguyện chuyển cầu đã biến đổi cuộc đời tôi

Một buổi sáng trong lành ở Virginia, khi tôi lái xe đưa con gái 12 tuổi Kelly đến phòng khám nha sĩ, tôi thấy mình đang đi qua một khu vực xa lạ. Đường cao tốc chia đôi trải dài phía trước, có lề đường bê tông, và khi tôi tập trung vào việc phát hiện ra một số nhà, tôi đã mất dấu con đường. Đó là thời điểm trước khi có sự tiện lợi của GPS, và đột nhiên tôi quay lại chú ý vào con đường, chỉ để phát hiện ra một chiếc xe hỏng đỗ ngay trên đường đi của chúng tôi.

Không suy nghĩ kỹ về hành động của mình, tôi đánh lái sang làn bên trái để tránh va chạm rồi nhanh chóng quay lại làn đường của chúng tôi sau khi vượt qua chiếc xe kia. "Tôi ổn!" Kelly trấn an tôi, một câu cô ấy thường dùng sau những khoảnh khắc lái xe mạo hiểm của chúng tôi. Tuy nhiên, lần này, tôi không hề cảm thấy nhẹ nhõm chút nào.

Tim tôi đập nhanh khi tôi cảm thấy một cảm giác sâu sắc về sự bảo vệ thiêng liêng bao trùm lấy chúng tôi. "Cảm ơn Chúa vì không có ai khác ở làn đường đó!" Tôi suy nghĩ, biết ơn vì tôi đã nhìn lại đúng lúc; nếu không, hậu quả có thể là thảm họa. Khi đến phòng khám nha khoa, tôi biết rằng chiếc xe chặn đường chúng tôi là của một trong những nhân viên vệ sinh răng miệng trong phòng khám.

Tôi phải dùng hết sự kiềm chế của mình để không thông báo với cô ấy rằng xe của cô ấy đã suýt gây ra tai nạn chết người, thay vào đó tôi nhận ra rằng tôi mới là người mất tập trung trong giây lát. Sau đó, sau khi đưa Kelly đến trường, tôi đến văn phòng nhà thờ, nơi tình nguyện viên tận tụy của chúng tôi, Lindy Bruggink, cảm thấy có điều gì đó không ổn. "Bạn ổn chứ?" cô ấy hỏi. "Tôi cảm thấy một sự thôi thúc mãnh liệt muốn cầu nguyện cho bạn và Kelly vào sáng nay—và tôi chỉ phải dừng mọi thứ lại để cầu thay."

Tôi không thể không bật khóc, hiểu rằng sự sẵn lòng cầu nguyện của cô ấy có thể đã cứu mạng chúng tôi ngày hôm đó. Chia sẻ chi tiết với cô ấy, cả hai chúng tôi đều cảm thấy tràn ngập lòng biết ơn đối với công việc của Chúa thông qua những lời cầu nguyện của cô ấy. Trong suốt những năm qua, tôi đã trải nghiệm sự can thiệp thiêng liêng này nhiều lần, cho dù tôi có biết những cá nhân cầu nguyện cho tôi hay không—đôi khi tôi sẽ không khám phá ra sự cầu bầu trung thành của họ cho đến khi tôi lên thiên đàng! Tương tự như vậy, tôi đã may mắn khi đứng ra bảo vệ người khác. Một ví dụ đau lòng đã xảy ra khi một cơn lốc xoáy tàn phá một gia đình trong nhóm gia đình của chúng tôi.

David, người chồng, đã liên lạc với tôi trong tuyệt vọng để tìm cách chặn vợ và các con anh, những người đang trên đường về nhà. Anh muốn chuẩn bị cho họ trước cảnh tượng đau lòng đang chờ đợi họ. Vào những ngày trước khi có điện thoại di động, gần như không thể kết nối với ai đó trên đường nếu không biết lộ trình của họ.

Tôi lên xe, vừa cầu nguyện vừa đi qua những con phố hỗn loạn ở phía bắc Virginia. Trong lúc chờ đèn đỏ, tôi cúi đầu, trút hết nỗi lòng mình với Chúa. Ngay khi tôi vừa cầu nguyện xong và nhìn lên để kiểm tra đèn giao thông, tôi vô cùng ngạc nhiên khi thấy bạn tôi và các con của cô ấy đang ngồi ngay cạnh tôi! Tôi nhanh chóng nhảy ra khỏi xe và giục Stephanie đi theo tôi về nhà. Tôi nhẹ nhàng truyền đạt tin tức khó khăn này, đảm bảo với cô ấy rằng David vẫn an toàn nhưng sẽ có những cuộc trò chuyện khó khăn ở phía trước.

Ban đầu, cô ấy nghĩ tôi đang đùa vì tôi có sở thích đùa giỡn, nhưng khi tình hình thực tế diễn ra, chúng tôi đã có thể tạo ra một bầu không khí thoải mái để cô ấy có thể tiếp nhận tin tức—một không gian an toàn được tạo điều kiện bởi những người bạn đáng tin cậy có thể cầu nguyện cùng họ cho tương lai bất định của họ. Một lần nữa, tôi lại nhớ đến sức mạnh đáng kinh ngạc của lời cầu nguyện chuyển cầu, nhận ra cách nó có thể tác động sâu sắc đến diễn biến của các sự kiện trong cuộc sống của chúng ta.

Nghiên cứu tình huống: Sức mạnh biến đổi của lời cầu nguyện trong cuộc sống của tôi

LỜI CẦU NGUYỆN THƯỜNG diễn ra một cách lặng lẽ, chủ yếu trong phạm vi trái tim chúng ta, khiến cho những người cầu thay hiếm khi chứng kiến ngay tác động của những lời cầu xin chân thành của họ. Thậm chí còn hiếm hơn khi nhận ra rằng chúng ta là chủ thể của những lời cầu nguyện của ai đó, vì sự khiêm nhường của chúng ta thường ngăn cản chúng ta thảo luận về hành trình tâm linh của mình một cách cởi mở. Tuy nhiên, thỉnh thoảng, chúng ta được ban phước với những lời chứng đáng chú ý khẳng định sức mạnh được giải phóng khi chúng ta cầu nguyện.

Trong một tuần đầy thử thách, cả mục sư và tôi đều có cuộc gặp gỡ sâu sắc với sức mạnh này, và tôi muốn chia sẻ trải nghiệm này như một nghiên cứu điển hình về bản chất của lời cầu nguyện.

Gần đây, mục sư của tôi và tôi đã tham gia vào một cuộc trò chuyện về sự cầu bầu. Ông kể lại một khoảnh khắc trước đó trong ngày khi ông được bao bọc sâu sắc bởi Sự hiện diện của Chúa, ông chắc chắn rằng có ai đó đang nâng đỡ ông trong lời cầu nguyện. Sự hiểu biết rằng những người khác đang hỗ trợ ông trong hành trình tâm linh của mình đã lấp đầy ông với niềm vui vô bờ bến.

Đây chỉ là phần giới thiệu trước về những điều mặc khải phi thường mà Chúa dành cho chúng ta.

Vài ngày sau, con trai tôi gặp phải biến chứng nghiêm trọng của bệnh tiểu đường loại 1, buộc phải nhập viện. Tình trạng của cháu ngày càng xấu đi, không ăn được và liên tục nôn mửa. Lượng đường trong máu của cháu tăng vọt, và mặc dù đã tiêm insulin, tôi vẫn không thể ổn định được tình hình.

Lúc 5 giờ chiều, tôi được lệnh đưa cháu đến Bệnh viện Nhi ở Boston, hy vọng rằng cháu sẽ tỉnh táo trên đường đến đó.

Khi đến bệnh viện, ông yếu đến mức phải dùng xe lăn, tuyệt vọng cầu xin nước, nhưng thậm chí không thể uống được một ngụm nhỏ nhất.

Nhiều giờ trôi qua khi đội cấp cứu làm việc không biết mệt mỏi, trong khi tôi chịu đựng những lời cầu xin được bù nước của con trai tôi, trong khi biết rằng các bác sĩ đã cấm cả đá viên, vì chúng có nguy cơ làm tình trạng của con trở nên tồi tệ hơn. Trái tim tôi tan nát vì con khi con phải đối mặt với tình trạng nhiễm toan ceton do tiểu đường nhẹ (DKA), và nguồn cung cấp nước duy nhất của con là qua đường truyền tĩnh mạch.

Vào nửa đêm, anh ấy được chuyển từ ER đến một ICU trung gian ở tầng 11—được gọi trìu mến là phòng "Penthouse" vì có thể nhìn ra đường chân trời của thành phố và có chỗ ngồi bên cửa sổ ấm cúng để cha mẹ nghỉ ngơi. Tuy nhiên, đêm đó, việc nghỉ ngơi rất hiếm; phải đến 3 giờ sáng tôi mới được thông báo rằng con trai tôi không còn nguy hiểm nữa, mặc dù căn phòng vẫn ồn ào náo nhiệt.

Cuối cùng, khi anh ấy ngủ, tôi thấy mình đang ngồi gục trên ghế cạnh cửa sổ—kiệt sức, choáng ngợp và cô đơn. Ánh mắt tôi hướng về những mái nhà của thành phố, và mặc dù mệt mỏi, tôi vẫn cố gắng cầu nguyện. Đêm hôm đó, tôi đã nhờ bạn bè can thiệp, và chính những lời cầu nguyện của họ đã giúp tôi giữ được bình tĩnh giữa cảnh hỗn loạn.

Sự can thiệp của Chúa vào lúc bình minh

Lúc 5 giờ sáng, tôi đột nhiên giật mình tỉnh giấc. Tôi nhìn quanh, tự hỏi điều gì đã đánh thức tôi—chỉ để phát hiện ra rằng tôi đang ở một mình trong phòng. Tôi nhanh chóng đến bên giường con trai và thấy con ngủ say, xung quanh là các thiết bị y tế: một ống truyền tĩnh mạch liên tục tiêm insulin, máy theo dõi các dấu hiệu sinh tồn của con và một ngọn đèn đỏ nhỏ xíu phát ra từ ngón tay. Chú chó nhồi bông yêu quý của con, "Sparky", nằm nép mình bên cạnh con, một người bạn đồng hành trung thành trong suốt thử thách này.

Tôi quay lại chỗ ngồi bên cửa sổ, nhìn ra thành phố đang thức giấc. Bình minh hứa hẹn vẻ đẹp, nhưng tôi chẳng cảm thấy gì ngoài sự kiệt sức và đau khổ. Sau đó, một sự thay đổi rõ rệt bao trùm lấy tôi—Sự hiện diện tuyệt vời của Chúa đã bước vào phòng. Bầu không khí biến đổi khi tôi cảm nhận được Chúa Jesus đã bước vào. "Đã đến lúc thức giấc," Ngài nói, "Ta sẽ nâng đỡ con."

Vào khoảnh khắc đó, Chúa Thánh Thần gợi lại trong tôi một đoạn video mạnh mẽ mà tôi đã xem ở nhà thờ tuần trước. Đoạn video mô tả cảnh một người chồng tận tụy đến thăm người vợ bị liệt của mình trên sân thượng của một bệnh viện vào lúc rạng sáng. Anh ấy nhẹ nhàng bế cô ấy ra khỏi xe lăn để họ có thể chụp một bức ảnh về cảnh bình minh. Cô ấy yếu đến nỗi thậm chí không thể nhấn nút chụp ảnh, và anh ấy đã yêu thương nắm lấy tay cô ấy khi họ chụp ảnh cùng nhau. Đó là một ẩn dụ sâu sắc về tình yêu không lay chuyển của Chúa Kitô—nâng đỡ chúng ta khi chúng ta cảm thấy yếu đuối và không thể làm gì.

Ký ức này đã làm tôi xúc động sâu sắc. Tôi cảm thấy như thể mình đang đứng trong chính bệnh viện đó, trên tầng cao nhất, nhìn lên những mái nhà, cũng bất lực và mong manh như người phụ nữ đó. Tôi không thể làm gì để chữa lành cho con trai mình, cũng không thể triệu hồi sức mạnh để kiên trì. Tuy nhiên, Chúa Jesus đã đến với tôi trong phòng bệnh đó, ôm tôi trong vòng tay của Ngài.

Khi tôi chứng kiến cảnh mặt trời mọc, nước mắt tuôn rơi. Tôi vô cùng xúc động trước tình yêu của Ngài, trước cách Ngài chuẩn bị cho tôi những điều tuyệt vời sắp tới, và sự Hiện diện mạnh mẽ của Ngài đã nuôi dưỡng tinh thần tôi như thế nào. Ngay cả ngày nay, thật khó để kể lại trải nghiệm đó mà không xúc động!

May mắn thay, con trai tôi đã bình phục hoàn toàn vào ngày hôm sau, và chúng tôi trở về nhà, biết ơn vì sự chữa lành của con và vô số lời cầu nguyện thay mặt con từ bạn bè, độc giả và các nhà lãnh đạo nhà thờ. Tuy nhiên, điều bất ngờ không dừng lại ở đó.

Sáng hôm sau tại nhà thờ, tôi lại nói chuyện với mục sư của mình. Ông đã nghe về cuộc gặp gỡ phi thường của tôi với Chúa Jesus tại bệnh viện lúc 5 giờ sáng, và đã lên kế hoạch đến thăm chúng tôi nhưng không thể thực hiện được. Ông tiết lộ rằng đúng 4:58 sáng hôm đó, Chúa đã đánh thức ông một cách bất ngờ. "Tôi nên cầu nguyện cho ai?" ông hỏi, và Chúa trả lời, "Gia đình Perkins." Và ông đã cầu nguyện.

Đúng vào khoảnh khắc đó, Chúa Jesus đã đến phòng bệnh của tôi, sắp xếp việc chữa lành cho con trai tôi và ban cho tôi sức mạnh.

Sự đồng bộ kỳ diệu của lời cầu nguyện

Thật hiếm khi chứng kiến công việc đồng bộ của Chúa ở cả người cầu thay và người nhận lời cầu nguyện! Điều này đóng vai trò như một minh chứng mạnh mẽ cho những sự thật được tìm thấy trong Kinh thánh. Chúng ta không đơn độc; lời cầu nguyện của chúng ta có sức nặng và ý nghĩa. Mỗi khi chúng ta tham gia vào lời cầu nguyện, chúng ta tạo ra cuộc sống chạm đến những người dễ bị tổn thương và đáp ứng nhu cầu của người khác.

Sự trớ trêu trong sự cầu thay là chúng ta khao khát thể hiện sự công chính, sức mạnh và hiệu quả trong lời cầu nguyện mà James nói đến. Tuy nhiên, Rô-ma 8:26 nhắc nhở chúng ta rằng ngay cả những người trong chúng ta cầu nguyện cũng yếu đuối như những người chúng ta cầu nguyện cho! Đức Thánh Linh giúp đỡ chúng ta trong sự yếu đuối của mình, hướng dẫn chúng ta khi chúng ta đấu tranh để diễn đạt lời cầu nguyện của mình, nhắc nhở chúng ta rằng chỉ cần hiện diện trong lời cầu nguyện là điều quan trọng nhất.

Qua mối quan hệ hợp tác thiêng liêng này, Chúa Jesus—người hiểu được tâm trí của Thánh Linh, ước muốn của lòng chúng ta và ý muốn của Chúa—hòa hợp những yếu tố này để đưa ra những câu trả lời không chỉ tốt mà còn ban phước sâu sắc cho mọi người liên quan. Chỉ một mình Ngài là nguồn sự công chính, quyền năng và hiệu quả của chúng ta trong lời cầu nguyện.

Cuộc phiêu lưu đầu tiên của Charles Finney với Prevailing Prayer

"THEO CÁCH NÀY...."

"Tôi không thấy Chúa trả lời lời cầu nguyện của họ"

"Tôi đặc biệt ấn tượng với thực tế là những lời cầu nguyện mà tôi đã lắng nghe, từ tuần này sang tuần khác, mà tôi có thể thấy, không được đáp lại. Thật vậy, tôi hiểu từ những lời họ nói trong lời cầu nguyện, và từ những nhận xét khác trong các cuộc họp của họ, rằng những người cầu nguyện không coi chúng là được đáp lại.

Khi tôi đọc Kinh Thánh, tôi đã học được những gì Chúa Kitô đã nói về lời cầu nguyện và câu trả lời cho lời cầu nguyện. Ngài đã nói, "Hãy cầu xin, các ngươi sẽ nhận được, hãy tìm kiếm, các ngươi sẽ thấy, hãy gõ cửa, Ngài sẽ mở cho các ngươi. Vì bất kỳ ai cầu xin đều nhận được, và ai tìm kiếm sẽ thấy, và ai gõ cửa, Ngài sẽ mở cho." Tôi cũng đọc được những gì Chúa Kitô khẳng định, rằng Đức Chúa Trời sẵn lòng ban Đức Thánh Linh cho những người cầu xin Ngài hơn là cha mẹ trần gian ban những món quà tốt lành cho con cái họ. Tôi nghe họ liên tục cầu nguyện để được Đức Thánh Linh tuôn đổ, và không thường xuyên thú nhận rằng họ đã không nhận được những gì họ cầu xin.

Họ khuyên nhau hãy thức tỉnh và dấn thân, và cầu nguyện tha thiết cho sự phục hưng tôn giáo, khẳng định rằng nếu họ làm tròn bổn phận của mình, cầu nguyện cho sự tuôn đổ của Thánh Linh, và tha thiết, thì Thánh Linh của Chúa sẽ được tuôn đổ, rằng họ sẽ có sự phục hưng tôn giáo, và rằng những người không ăn năn sẽ được cải đạo. Nhưng trong các buổi cầu nguyện và hội nghị, họ liên tục thú nhận, về cơ bản, rằng họ không đạt được tiến triển nào trong việc đảm bảo sự phục hưng tôn giáo.

Sự bất nhất này, thực tế là họ đã cầu nguyện rất nhiều mà không được đáp lại, là một trở ngại đáng buồn đối với tôi. Tôi không biết phải làm gì với nó.

Trong đầu tôi có một câu hỏi là liệu tôi có nên hiểu rằng những người này không thực sự là Cơ Đốc nhân, và do đó không thắng được Đức Chúa Trời hay không; hay là tôi hiểu sai những lời hứa và lời dạy của Kinh Thánh về vấn đề này, hay là tôi nên kết luận rằng Kinh Thánh không đúng? Có điều gì đó không thể giải thích được đối với tôi; và có lúc, dường như nó gần như khiến tôi hoài nghi. Đối với tôi, dường như những lời dạy của Kinh Thánh hoàn toàn không phù hợp với những sự kiện trước mắt tôi.

Có lần, khi tôi đang tham dự một trong những buổi cầu nguyện, tôi được hỏi rằng tôi có muốn họ cầu nguyện cho tôi không! Tôi trả lời là không; vì tôi không thấy Chúa trả lời lời cầu nguyện của họ.

Tôi nói, "Tôi cho rằng tôi cần được cầu nguyện cho, vì tôi ý thức rằng mình là một tội nhân; nhưng tôi không thấy rằng việc cầu nguyện cho tôi sẽ có ích gì cho anh; vì anh liên tục cầu xin, nhưng anh không nhận được. Anh đã cầu nguyện cho sự phục hưng tôn giáo kể từ khi tôi ở trong Adams, nhưng anh vẫn chưa có. Anh đã cầu nguyện để Đức Thánh Linh ngự xuống trên anh em, nhưng vẫn phàn nàn về sự gầy gò của anh em." Tôi nhớ đã từng dùng câu này vào thời điểm đó: **"Anh em đã cầu nguyện đủ kể từ khi tôi tham dự những buổi họp này để cầu nguyện đuổi quỷ ra khỏi Adams, nếu có đức hạnh nào trong những lời cầu nguyện của anh em. Nhưng ở đây anh em vẫn cầu nguyện, và vẫn phàn nàn."** Tôi đã rất nghiêm túc trong những gì tôi nói, và không ít khó chịu, tôi nghĩ, vì hậu quả của việc tôi liên tục phải đối mặt với chân lý tôn giáo; đó là một trạng thái mới mẻ của mọi thứ đối với tôi.

Nhưng khi đọc thêm Kinh Thánh, tôi nhận ra rằng **lý do tại sao lời cầu nguyện của họ không được đáp lại là vì họ đã không tuân theo những điều kiện được mặc khải mà Đức Chúa Trời đã hứa sẽ đáp lời cầu nguyện; rằng**

họ đã không cầu nguyện bằng đức tin, theo nghĩa là mong đợi Đức Chúa Trời ban cho họ những điều họ cầu xin.

Suy nghĩ này, trong một thời gian, nằm trong tâm trí tôi như một câu hỏi mơ hồ, hơn là dưới bất kỳ hình thức xác định nào có thể diễn đạt bằng lời. Tuy nhiên, điều này làm tôi nhẹ nhõm, khi nói đến những thắc mắc về chân lý của Phúc âm; và sau khi đấu tranh theo cách đó trong khoảng hai hoặc ba năm, tâm trí tôi đã hoàn toàn ổn định rằng bất kỳ sự huyền bí nào có thể có trong tâm trí của riêng tôi hoặc trong tâm trí của mục sư của tôi, hoặc trong tâm trí của nhà thờ, thì Kinh thánh vẫn là Lời chân thật của Chúa.

Khi đã giải quyết xong, tôi phải đối mặt với câu hỏi liệu tôi có chấp nhận Đấng Christ như được trình bày trong Phúc âm hay theo đuổi một con đường sống thế gian. Vào thời điểm này, tâm trí tôi, như tôi đã biết, đã bị Đức Thánh Linh tác động rất nhiều, đến nỗi tôi không thể để câu hỏi này nằm im lâu; cũng không thể do dự lâu giữa hai con đường sống được trình bày cho tôi." Charles Finney, *Hồi ký* .

Một số quan sát

Finney nhận ra nhu cầu cầu nguyện của mình, nhưng không quan tâm đến những người cầu nguyện cho mình vì lời cầu nguyện của họ không được đáp lại. Khi sau này nghĩ về trải nghiệm này, ông nhận ra rằng những người chân thành và có ý tốt này không biết cách cầu nguyện—chưa bao giờ học những gì Kinh thánh dạy về cách cầu nguyện, họ cũng không mong đợi câu trả lời!

Tôi tự hỏi có bao nhiêu người đang cầu nguyện mà không biết Kinh thánh dạy gì về chủ đề này, và do đó không nhận được câu trả lời, trong thời đại của chúng ta? Tôi tự hỏi có bao nhiêu người cầu nguyện mà không mong đợi nhận được lời cầu xin của họ? Quá nhiều theo những gì tôi có thể nói!

Tiểu sử Laubach, Frank Charles (1884-1970)

Nhà truyền giáo và sứ đồ của giáo đoàn xóa mù chữ thế giới

FRANK CHARLES LAUBACH (2 tháng 9 năm 1884 – 11 tháng 6 năm 1970), đến từ Benton, Pennsylvania, là một nhà truyền giáo Cơ đốc giáo Congregational được đào tạo tại Chủng viện Thần học Liên hiệp và Đại học

Columbia, và là một nhà thần bí được biết đến với cái tên "Sứ đồ của những người mù chữ".

Năm 1915 (xem Laubach, Thirty Years With the Silent Billion), khi làm việc với những người Hồi giáo tại một địa điểm xa xôi ở Philippines, ông đã phát triển chương trình xóa mù chữ "Mỗi người dạy một người". Chương trình này đã được sử dụng để dạy khoảng 60 triệu người đọc bằng ngôn ngữ của họ. Ông rất quan tâm đến đói nghèo, bất công và nạn mù chữ, và coi chúng là rào cản đối với hòa bình trên thế giới.

Năm 1955, ông thành lập Laubach Literacy, tổ chức đã giúp giới thiệu khoảng 150.000 người Mỹ đến với việc đọc sách mỗi năm và đã phát triển để bao gồm 34 quốc gia đang phát triển. Ước tính có 2,7 triệu người trên toàn thế giới đang học đọc thông qua các chương trình liên kết với Laubach.[2] Năm 2002, nhóm này đã sáp nhập với Literacy Volunteers of America, Inc. để thành lập Pro Literacy Worldwide.

Trong những năm cuối đời, Laubach đã đi khắp thế giới để nói về các chủ đề về xóa mù chữ và hòa bình thế giới. Ông là tác giả của một số bài viết sùng đạo và các tác phẩm về xóa mù chữ.

Một trong những tác phẩm sùng đạo có ảnh hưởng rộng rãi nhất của ông là một tập sách mỏng có tựa đề "The Game with Minutes". Trong đó, Laubach thúc giục những người theo đạo Thiên chúa cố gắng ghi nhớ Chúa trong ít nhất một giây của mỗi phút trong ngày. Theo cách này, những người theo đạo Thiên chúa có thể thử thái độ cầu nguyện liên tục được nói đến trong Thư thứ nhất gửi tín đồ Thessalonica. Tập sách mỏng ca ngợi những đức tính của một cuộc sống luôn tập trung vào Chúa. Sự hiểu biết sâu sắc của Laubach đến từ những thử nghiệm của ông trong việc cầu nguyện được trình bày chi tiết trong một tập hợp các lá thư của ông được xuất bản dưới tựa đề, Letters by a Modern Mystic.

Laubach là nhà truyền giáo người Mỹ duy nhất được vinh danh trên tem bưu chính Hoa Kỳ, một con tem 30 xu trong loạt tem Great Americans năm 1984.

LAUBACH CÓ MỘT MỐI quan tâm sâu sắc đến Philippines. Ông đã viết một cuốn tiểu sử về người anh hùng dân tộc Philippines, Jose Rizal: Con người và Tử đạo, được xuất bản tại Manila vào năm 1936. Ông cũng đã dịch bài thơ từ biệt của người anh hùng, "Mi Ultimo Adios" (Lời tạm biệt cuối cùng của tôi). Phiên bản của ông được xếp hạng thứ hai về ý tưởng, nội dung, vần điệu và phong cách trong số 35 bản dịch tiếng Anh trong một bộ sưu tập.

Ông là người tiên phong trong việc thúc đẩy nền văn học Maranao. Ông đã viết:

Người Moro ở Hồ Lanao có nền văn học vô cùng phong phú, càng tuyệt vời hơn khi nó chỉ tồn tại trong ký ức của người dân và mới bắt đầu được ghi chép lại. Nó bao gồm cả thơ trữ tình và thơ với sử thi chiếm ưu thế.

Sự nhấn mạnh của ông về việc sử dụng Easy English cho mục đích xóa mù chữ đã dẫn trực tiếp đến sự phát triển của WEC International vào năm 1962 về một tờ báo truyền giáo sử dụng vốn từ vựng cơ bản của ông có tên là SOON!, được in khoảng 3 triệu bản một năm và phân phối trên toàn thế giới qua đường bưu điện, cho đến khi nó ngừng hoạt động vào năm 2015. Ông cũng đã đào tạo cựu giáo sĩ Fred Morris về cách sử dụng Worldwide Easy English cho các bài bình luận giảng dạy Kinh thánh của ông được viết tại Hoa Kỳ vào những năm 1990 và được xuất bản bởi Manna Publications (Anh) từ năm 2000

Chương 1: Cầu nguyện cho các nhà lãnh đạo thế giới

Chủ đề chính:

- Thế giới này rất mong manh và nếu không có sự can thiệp của Chúa, chúng ta có nguy cơ xảy ra chiến tranh và hủy diệt.
- Các nhà lãnh đạo đang đưa ra những quyết định ảnh hưởng đến hàng triệu người và họ cần đến sự khôn ngoan của Chúa.
- Nhiều cuộc khủng hoảng toàn cầu trong quá khứ có thể đã được tránh được nếu nhiều người cầu nguyện hơn.
- Cầu nguyện có thể tác động gián tiếp đến các nhà lãnh đạo bằng cách mở rộng trái tim và tâm trí của họ để đón nhận sự hướng dẫn của Chúa.

Sức mạnh của lời cầu nguyện trong lãnh đạo

Một thủy thủ đã từng nói trong Thế chiến II, "Chúng ta hãy cầu nguyện thật nhiều, các bạn, nếu không con tàu này sẽ nổ tung mất." Câu nói này không chỉ nói về khoảnh khắc đó trong lịch sử mà còn áp dụng cho toàn bộ thế giới ngày nay. Các quốc gia bị chia rẽ, xung đột vẫn tiếp diễn và các quyết định được đưa ra ở cấp cao nhất ảnh hưởng đến hàng triệu sinh mạng.

Nhiều người tin rằng các nhà lãnh đạo chính trị nắm giữ mọi quyền lực, nhưng sự thật là, Chúa nắm giữ tương lai trong tay Ngài. Khi chúng ta cầu nguyện, chúng ta không chỉ đưa ra những lời đầy hy vọng—chúng ta đang kích hoạt **sức mạnh mạnh mẽ nhất trên thế giới** . Các nhà lãnh đạo cần sự khôn ngoan vượt quá sự hiểu biết của chính họ, và chỉ có sự can thiệp của Chúa mới có thể hướng dẫn họ hành động với sự công chính và công lý.

"Lòng vua ở trong tay Đức Giê-hô-va; Ngài dẫn dắt nó như dòng nước chảy theo ý Ngài muốn." — Châm ngôn 21:1

Một thế giới đang trong cơn khủng hoảng cần một thế giới cầu nguyện

Nhìn xung quanh ngày nay, chúng ta thấy bất ổn chính trị, chiến tranh, khủng hoảng kinh tế và suy thoái đạo đức. Nhu cầu về sự hướng dẫn của Chúa chưa bao giờ lớn hơn thế. Vấn đề là trong khi nhiều người cảm thấy đau khổ về các sự kiện thế giới, rất ít người hành động thông qua lời cầu nguyện.

Hãy tưởng tượng điều gì sẽ xảy ra nếu **hàng triệu người cầu nguyện hàng ngày cho các nhà lãnh đạo thế giới** —cho sự khôn ngoan, cho công lý, cho hòa bình. Giống như một dòng sông được hình thành từ vô số giọt nước, **một làn sóng cầu nguyện toàn cầu có thể mang lại sự thay đổi** .

"Nếu dân Ta, là dân được gọi theo danh Ta, hạ mình xuống, cầu nguyện, tìm kiếm Ta và từ bỏ đường lối gian ác, thì Ta sẽ nghe từ trên trời, tha thứ tội lỗi chúng và chữa lành đất nước chúng." — 2 Sử ký 7:14

Đã đến lúc cần có một **phong trào cầu nguyện** có thể tác động đến suy nghĩ và quyết định của những người nắm quyền.

Cách cầu nguyện cho các nhà lãnh đạo thế giới

Nhiều người tự hỏi: *Làm sao lời cầu nguyện nhỏ của tôi có thể tác động đến các sự kiện lớn trên thế giới?* Sự thật là, **Chúa làm việc thông qua lời cầu nguyện theo những cách mà chúng ta không thể thấy** . Sau đây là cách chúng ta có thể cầu nguyện hiệu quả cho các nhà lãnh đạo thế giới:

1. **Cầu nguyện cho sự khôn ngoan và chính trực**
    - Hãy cầu xin Chúa ban cho các nhà lãnh đạo sự khôn ngoan để đưa ra những quyết định công bằng và chính trực.
    - Hãy cầu nguyện để họ hành động một cách chính trực, trung thực và công bằng.
2. **Cầu nguyện cho một trái tim từ bi**
    - Các nhà lãnh đạo có quyền giúp đỡ hoặc gây hại cho hàng triệu người. Hãy cầu nguyện rằng họ sẽ hành động với tình yêu thương và sự quan tâm đến tất cả mọi người, không chỉ vì lợi ích chính trị.
3. **Cầu nguyện để được bảo vệ khỏi những ảnh hưởng xấu xa**
    - Nhiều nhà lãnh đạo phải đối mặt với áp lực từ các cố vấn tham nhũng và những cá nhân đói quyền lực. Hãy cầu xin Chúa bao quanh họ bằng **sự thật và sự công chính** .
4. **Cầu nguyện cho hòa bình và thống nhất giữa các quốc gia**
    - Hãy cầu xin Chúa hướng dẫn các nhà lãnh đạo hướng tới ngoại giao, hiệp ước hòa bình và sự thống nhất thay vì chiến tranh và chia rẽ.
5. **Cầu nguyện cho sự can đảm để đứng lên vì điều đúng đắn**
    - Một số nhà lãnh đạo biết điều gì là đúng nhưng lại sợ hành động. Hãy cầu nguyện rằng họ sẽ có đủ can đảm để đứng lên vì công lý, ngay cả khi điều đó không được ưa chuộng.

Kế hoạch hành động: Làm thế nào bạn có thể tạo ra sự khác biệt

Vào cuối mỗi chương, chúng ta hãy thực hiện **các bước thực tế** để áp dụng những gì đã học. Sau đây là cách bạn có thể bắt đầu cầu nguyện cho các nhà lãnh đạo thế giới ngày hôm nay:

- **Đặt lời nhắc cầu nguyện** – Chọn thời gian cụ thể mỗi ngày để cầu nguyện cho các nhà lãnh đạo thế giới. Có thể là vào buổi sáng, trong giờ ăn trưa hoặc trước khi đi ngủ.

- **Cầu nguyện khi xem tin tức** – Thay vì cảm thấy thất vọng hoặc bất lực, hãy biến mọi câu chuyện tin tức thành lời cầu nguyện.

- **Thành lập nhóm cầu nguyện** – Tập hợp bạn bè hoặc gia đình để cầu nguyện cho các nhà lãnh đạo hàng tuần.

- **Viết thư cho các nhà lãnh đạo và cho họ biết bạn đang cầu nguyện** – Một lá thư hoặc email đơn giản nói rằng *"Tôi đang cầu nguyện cho bạn"* có thể khích lệ họ.

- **Sử dụng lời cầu nguyện dựa trên Kinh thánh** – Cầu nguyện các câu Kinh thánh cho các nhà lãnh đạo (ví dụ, Châm ngôn 21:1, 1 Ti-mô-thê 2:1-2).

Câu hỏi phản ánh:

1. Tôi cầu nguyện cho các nhà lãnh đạo đất nước tôi thường xuyên như thế nào?
2. Tôi có tin rằng lời cầu nguyện của tôi có thể ảnh hưởng đến hướng đi của quốc gia tôi không?
3. Tôi có thể cam kết cầu nguyện cho vị lãnh đạo cụ thể nào trong tuần này?
4. Làm thế nào tôi có thể khuyến khích người khác cầu nguyện cho các nhà lãnh đạo thế giới?

Phần ghi nhật ký:

- Hôm nay, tôi cầu nguyện cho những nhà lãnh đạo này:
- Tôi cảm thấy được thúc đẩy để cầu nguyện về:
- Câu Kinh Thánh mà tôi chú ý:
- Một sự thay đổi mà tôi hy vọng sẽ thấy được thông qua lời cầu nguyện:

Bản tóm tắt:

Thế giới đang trong tình trạng hỗn loạn, và lịch sử đã cho chúng ta thấy rằng nếu không có sự hướng dẫn của Chúa, các nhà lãnh đạo có thể đưa ra những quyết định dẫn đến chiến tranh, đau khổ và hủy diệt. Trong chương này, chúng ta được nhắc nhở rằng lời cầu nguyện có sức mạnh định hình tiến trình của các quốc gia. Khi chúng ta cầu nguyện cho các nhà lãnh đạo, chúng ta mời sự khôn ngoan, công lý và hòa bình của Chúa vào trái tim và quyết định của họ. Thay vì cảm thấy bất lực khi xem tin tức, chúng ta có thể tích cực tham gia vào các vấn đề thế giới thông qua lời cầu nguyện tập trung và nhất quán.

Suy nghĩ và hành động cuối cùng

Bạn có thể không bao giờ bước vào Nhà Trắng, Quốc hội hay Liên hợp quốc, nhưng lời cầu nguyện của bạn **có thể** ... Bạn có sức mạnh mời Chúa vào các vấn đề thế giới. **Hãy bắt đầu ngay hôm nay.**

Bạn có thể tham gia cộng đồng 10 triệu người trên Facebook qua liên kết này –

https://www.otakada.org/facebookintercessory

Bạn có thể tham gia Cộng đồng 10 triệu Người cầu thay trên WhatsApp qua liên kết này –

https://www.otakada.org/whatsappintercessory

BẠN CÓ THỂ TÌM HIỂU về 10 triệu điều phối viên phong trào Người cầu thay tại God's Eagle Ministries (GEM) qua liên kết này – https://www.otakada.org

Hẹn gặp lại bạn ở bên kia nhé!

Đội quân cầu thay của God's Eagle Ministries (GEM) cho thời kỳ cuối cùng!

Chương 2: Cầu nguyện cho Giáo hội

Chủ đề chính:

- Giáo hội có vai trò quan trọng trong việc mang lại hy vọng và chữa lành cho thế giới đang đau khổ.
- Nhiều nhà thờ yếu kém về mặt tâm linh vì thiếu sự cầu nguyện thống nhất và nhiệt thành.
- Cầu nguyện có thể phục hồi Giáo hội và biến Giáo hội thành động lực thay đổi toàn cầu.
- Người theo đạo Thiên Chúa phải tích cực hỗ trợ các hoạt động truyền giáo và tiếp cận cộng đồng thông qua cầu nguyện và đóng góp.

Tại sao Giáo hội cần cầu nguyện hơn bao giờ hết

Thế giới đang trong **cơn khủng hoảng tâm linh** — con người lạc lối, chán nản và tìm kiếm ý nghĩa. Tuy nhiên, nhiều nhà thờ đang vật lộn. Một số yếu về mặt tâm linh, trong khi những nhà thờ khác tập trung vào giải trí hơn là sự biến đổi thực sự. Điều gì còn thiếu? **CẦU NGUYỆN.**

Chúa Jesus đã phán, *"Nhà Ta sẽ được gọi là nhà cầu nguyện cho mọi dân tộc" (Mác 11:17)*. Nếu nhà thờ thực sự trở thành **nhà cầu nguyện** , thế giới sẽ chứng kiến sự thay đổi triệt để.

Lễ Ngũ Tuần bắt đầu bằng lời cầu nguyện, và mọi cuộc phục hưng vĩ đại trong lịch sử đều xuất phát từ lời cầu nguyện.

"Nếu chúng ta cầu nguyện, chúng ta sẽ thấy phép lạ. Nếu không, chúng ta sẽ chẳng thấy gì ngoài nỗ lực của con người."

Giáo hội không chỉ là một tòa nhà—mà là **một phong trào của dân Chúa** . Và để phong trào này phát triển, nó phải được **thúc đẩy bởi lời cầu nguyện** .

Cầu nguyện biến đổi Giáo hội như thế nào

Khi toàn thể giáo đoàn cùng cầu nguyện, những điều đáng kinh ngạc sẽ xảy ra:

1. **Một tinh thần hiệp nhất tràn ngập Hội Thánh**
    - Cầu nguyện giúp mọi người đoàn kết vượt qua mọi khác biệt về hoàn cảnh, chủng tộc hoặc quan điểm cá nhân.
    - Một nhà thờ cầu nguyện là một **nhà thờ yêu thương** , nơi mọi người quan tâm đến nhau sâu sắc.
2. **Quyền năng của Đức Thánh Linh được giải phóng**
    - Vào Lễ Ngũ Tuần, các môn đồ cùng nhau cầu nguyện, và **Đức Thánh Linh ngự xuống trên họ với quyền năng** (Công vụ 2:1-4).
    - Phép lạ, sự chữa lành và sự cải đạo sẽ xảy ra **khi mọi người cầu nguyện với lòng mong đợi** .
3. **Các Mục sư và Lãnh đạo được củng cố**
    - Nhiều mục sư cảm thấy **kiệt sức, chán nản và choáng ngợp** .
    - **Lời cầu nguyện sẽ ban cho họ sức mạnh và trí tuệ** để lãnh đạo một cách hiệu quả.
4. **Giáo Hội Trở Thành Ngọn Hải Đăng Của Hy Vọng**
    - Khi cầu nguyện là nền tảng, **nhà thờ sẽ trở thành nơi chữa lành và biến đổi** .
    - Những người lạc lối sẽ được thu hút đến với Chúa khi họ nhìn thấy **một hội thánh có đời sống tâm linh sống động** .

Cách cầu nguyện cho Giáo hội

Sau đây là cách chúng ta có thể cầu thay cho **các nhà thờ, mục sư và những người cùng đức tin** :

1. Cầu nguyện cho sự Phục hưng

- Hãy cầu xin Chúa **đánh thức trái tim** và mang lại niềm đam mê mới cho Ngài.
- Hãy cầu nguyện để Giáo hội **mạnh dạn rao giảng chân lý và tình yêu** .

2. Cầu nguyện cho các Mục sư và Lãnh đạo

- Hãy cầu nguyện xin **sự khôn ngoan, sức mạnh và sự bảo vệ** cho các mục sư.
- Hãy cầu xin Chúa ban cho họ Đức Thánh Linh để họ có thể **lãnh đạo với lòng can đảm** .

3. Cầu nguyện cho sự hiệp nhất giữa các tín đồ

- Kẻ thù cố gắng chia rẽ các nhà thờ—hãy cầu nguyện cho **tình yêu thương và sự hòa giải** .
- Hãy cầu xin Chúa loại bỏ lòng kiêu hãnh, sự nói xấu và xung đột ra khỏi Hội Thánh.

4. CẦU NGUYỆN CHO SỰ khao khát Lời Chúa

- Nhiều Cơ Đốc nhân ngày nay thiếu **kiến thức sâu sắc về Kinh**

Thánh — hãy cầu nguyện cho **sự đói khát về mặt tâm linh** .

- Hãy cầu xin Chúa dấy lên **những môn đồ mạnh mẽ và trung thành** .

5. Cầu nguyện cho Giáo hội toàn cầu và các nhà truyền giáo

- Nhiều người theo đạo Thiên Chúa trên khắp thế giới bị **ngược đãi vì đức tin của mình** .
- Hãy cầu nguyện để có **sức mạnh, sự bảo vệ và lòng can đảm** cho các tín đồ ở những nơi khó khăn.

Kế hoạch hành động: Các bước để củng cố Giáo hội thông qua cầu nguyện

1. **Cam kết cầu nguyện cho nhà thờ của bạn hàng ngày** – Ngay cả 5 phút mỗi ngày cũng có thể mang lại sự thay đổi.

1. **Bắt đầu chuỗi cầu nguyện** – Tập hợp một nhóm nhỏ để cầu nguyện thường xuyên cho nhà thờ của bạn.

1. **Khuyến khích mục sư của bạn** – Hãy cho họ biết bạn đang cầu nguyện cho họ.

1. **Cầu nguyện cho các nhà truyền giáo và những Cơ Đốc nhân bị bách hại** – Xin Chúa ban sức mạnh cho họ.

1. **Sử dụng lời cầu nguyện dựa trên Kinh thánh** – Ví dụ: *"Lạy Chúa, xin xây dựng Hội thánh Chúa để quyền lực địa ngục không thắng được" (Ma-thi-ơ 16:18).*

Câu hỏi phản ánh:

1. Tôi cầu nguyện cho hội thánh và các nhà lãnh đạo của mình thường xuyên như thế nào?
2. Tôi có tin rằng lời cầu nguyện có thể mang lại sự phục hưng cho hội thánh của tôi không?
3. Lĩnh vực nào mà nhà thờ của tôi cần được cầu nguyện nhiều nhất?
4. Làm thế nào tôi có thể khuyến khích nhiều người cầu nguyện cho Giáo hội hơn?

Phần ghi nhật ký:

- Hôm nay, tôi cầu nguyện cho những người lãnh đạo nhà thờ sau:
- Một nhu cầu trong nhà thờ của tôi mà tôi cảm thấy cần phải cầu nguyện:
- Một câu Kinh Thánh mà tôi chú ý:
- Một sự thay đổi mà tôi hy vọng sẽ thấy được thông qua lời cầu nguyện:

Bản tóm tắt:

Giáo hội là công cụ của Chúa để mang lại hy vọng, chữa lành và biến đổi cho thế giới. Tuy nhiên, nhiều nhà thờ ngày nay thiếu ngọn lửa và sức mạnh của lời cầu nguyện. Trong chương này, chúng ta sẽ khám phá lý do tại sao Giáo hội cần sự hồi sinh của **lời cầu nguyện thống nhất, đầy nhiệt huyết** và cách chúng ta có thể cầu thay cho các mục sư, nhà truyền giáo và tín đồ trên toàn thế giới.

Suy nghĩ và hành động cuối cùng

Tương **lai của Giáo hội phụ thuộc vào lời cầu nguyện** . Mọi động thái vĩ đại của Chúa bắt đầu khi dân sự Ngài **hạ mình và cầu nguyện** . Đừng chỉ **mong muốn sự phục hưng—hãy cầu nguyện cho điều đó!**

Bạn có thể tham gia cộng đồng 10 triệu người trên Facebook qua liên kết này –

https://www.otakada.org/facebookintercessory

Bạn có thể tham gia Cộng đồng 10 triệu Người cầu thay trên WhatsApp qua liên kết này –

https://www.otakada.org/whatsappintercessory

BẠN CÓ THỂ TÌM HIỂU về 10 triệu điều phối viên phong trào Người cầu thay tại God's Eagle Ministries (GEM) qua liên kết này – https://www.otakada.org

Hẹn gặp lại bạn ở bên kia nhé!

Đội quân cầu thay của God's Eagle Ministries (GEM) cho thời kỳ cuối cùng!

Chương 3: Cầu nguyện giúp ích cho Chúa như thế nào

Chủ đề chính:

- Cầu nguyện không thay đổi được ý muốn của Chúa, nhưng nó mở lòng con người ra để đón nhận sự hướng dẫn của Ngài.
- Các nghiên cứu khoa học (như thần giao cách cảm) cho thấy rằng tâm trí có thể ảnh hưởng lẫn nhau, củng cố sức mạnh của lời cầu nguyện chuyển cầu.
- Kinh Thánh dạy rằng cầu nguyện tạo ra những kênh tâm linh để Chúa hoạt động.
- Những người được cầu nguyện thường trải nghiệm sự chỉ dẫn của Chúa mà không biết rằng có người đang cầu thay cho họ.

Bí ẩn của lời cầu nguyện: Nó hoạt động như thế nào

Bạn đã bao giờ nghĩ, *nếu Chúa luôn làm hết sức mình, tại sao chúng ta cần phải cầu nguyện?* Sự thật là, **Chúa đã thiết kế lời cầu nguyện như một cách để sức mạnh của Ngài chảy vào thế giới của chúng ta** .

Hãy nghĩ về nó như **điện** — điện luôn có sẵn, nhưng chúng ta phải **bật công tắc** để bật đèn. Tương tự như vậy, cầu nguyện là **công tắc kích hoạt sức mạnh của Chúa trong các tình huống xung quanh chúng ta** .

"Anh em không có vì không cầu xin Đức Chúa Trời." — Gia-cơ 4:2

Khi chúng ta cầu nguyện:

- Chúng ta hướng lòng mình theo kế hoạch của Chúa.
- Chúng ta mời sức mạnh của Ngài vào những tình huống cần thay đổi.
- Chúng tôi mở ra cánh cửa để phép màu xảy ra.

Cầu nguyện là sự hợp tác với Chúa

Chúa chọn **làm việc thông qua những người cầu nguyện** . Ngài đã ban cho chúng ta **thẩm quyền** trên đất để mời gọi ý muốn của Ngài được thực hiện.

"Ta đã ban cho các ngươi quyền phép... để thắng mọi quyền lực của kẻ thù." — Lu-ca 10:19

Ví dụ về sức mạnh của lời cầu nguyện trong hành động

1. **Lời cầu nguyện của Moses đã cứu Israel**
   - Chúa đã định hủy diệt dân Israel vì tội lỗi của họ.
   - Môi-se đã cầu thay, và **Đức Chúa Trời đã thay đổi tiến trình lịch sử** (Xuất Ê-díp-tô Ký 32:11-14).
2. **Lời cầu nguyện của Ê-li đã ngăn chặn cơn mưa**
   - Ê-li cầu nguyện, thì trời không mưa trong **ba năm rưỡi** (Gia-cơ 5:17).
   - Ông lại cầu nguyện và **mưa lại rơi** .
3. **Lời cầu nguyện của Chúa Giêsu đã củng cố Phi-e-rơ**
   - Chúa Giêsu bảo Phêrô: *"Satan đã xin sàng anh em như sàng lúa mì, nhưng Thầy đã cầu nguyện cho anh"* (Luca 22:31-32).
   - Đức tin của Phi-e-rơ **được duy trì vì Chúa Giê-su đã cầu nguyện** .

Nếu **Moses, Elijah và Jesus** đã cầu nguyện và thấy được kết quả thì tại sao chúng ta lại không làm thế?

Lời cầu nguyện của chúng ta giúp ích cho công việc của Chúa như thế nào

Khi chúng ta cầu nguyện, chúng ta:

1. **Mở lòng mọi người với tiếng nói của Chúa**
   - Nhiều người không biết đến Chúa—lời cầu nguyện của chúng ta **giúp họ trở nên dễ tiếp thu hơn** .
2. **Mời gọi sự khôn ngoan và bảo vệ của thần thánh**
   - Sự hiện diện của Chúa **làm thay đổi bầu không khí** của gia đình, nơi làm việc và thành phố.
3. **Phá hủy kế hoạch của kẻ thù**
   - Cầu nguyện **ngăn chặn cái ác kiểm soát** tình hình.
4. **Giải phóng phước lành và phép lạ của Chúa**
   - Khi chúng ta cầu nguyện, **sự chữa lành, sự cung cấp và đột phá sẽ đến** .

Kế hoạch hành động: Làm thế nào để hợp tác với Chúa trong lời cầu nguyện

1. **Cầu nguyện với thẩm quyền** – Tin rằng lời cầu nguyện của bạn **có thể tạo nên sự khác biệt** .

1. **Cầu nguyện cụ thể** – Thay vì cầu nguyện chung chung, hãy cầu xin Chúa **những điều rõ ràng và mạnh dạn** .

1. **Cầu nguyện cho người khác** – Đứng ra bảo vệ những người không biết cách cầu nguyện.

1. **Sử dụng lời cầu nguyện dựa trên Kinh thánh** – Ví dụ: *"Lạy Chúa, xin Nước Chúa được đến, ý Chúa được nên" (Ma-thi-ơ 6:10).*

1. **Mong đợi kết quả** – Hãy **ghi nhật ký cầu nguyện** và theo dõi những gì Chúa làm!

Câu hỏi phản ánh:

1. Tôi có tin lời cầu nguyện của mình có tác động thực sự không?
2. Tình huống nào cần đến quyền năng của Chúa ngay lúc này?
3. Làm sao tôi có thể cầu nguyện với lòng can đảm và đức tin lớn hơn?
4. Tôi có thể thực hiện bước nào để trở thành một chiến binh cầu nguyện mạnh mẽ hơn?

Phần ghi nhật ký:

- Hôm nay, tôi cầu nguyện cho:
- Một câu Kinh Thánh củng cố đức tin của tôi vào lời cầu nguyện:
- Một lời cầu nguyện đột phá mà tôi tin tưởng:
- Một điều tôi học được về lời cầu nguyện ngày hôm nay:

Bản tóm tắt:

Nhiều người tự hỏi: *Nếu Chúa toàn năng, Ngài có thực sự cần lời cầu nguyện của chúng ta không?* Câu trả lời là **CÓ!** Cầu nguyện không phải là để thay đổi tâm trí của Chúa—mà là để **hợp tác với Ngài để mang ý muốn của Ngài đến trần gian** . Chương này khám phá cách **cầu nguyện mở ra cánh cửa, biến đổi cuộc sống và mời gọi quyền năng của Chúa vào thế giới** .

Suy nghĩ và hành động cuối cùng

Cầu nguyện **không phải là thụ động—mà là mạnh mẽ!** Khi bạn cầu nguyện, bạn đang **làm việc với Chúa để thay đổi cuộc sống, quốc gia và hoàn cảnh** . Đừng đánh giá thấp sức mạnh bạn có trong lời cầu nguyện—**hãy bắt đầu cầu nguyện với sự tự tin ngay hôm nay!**

Chương 4: Thí nghiệm cầu nguyện

Chủ đề chính:

- Cần phải thử nghiệm và kiểm chứng lời cầu nguyện để thấy được hiệu quả thực sự của nó.
- Kinh Thánh khuyến khích sự cầu nguyện bền bỉ và sáng tạo.
- "Lời cầu nguyện chớp nhoáng" (lời cầu nguyện nhanh, tự phát) cũng có thể có sức mạnh như những lời cầu nguyện dài, có cấu trúc.
- Mọi người có thể đưa lời cầu nguyện vào cuộc sống hàng ngày theo những cách không ngờ tới.

Cuộc phiêu lưu của lời cầu nguyện

Bạn đã bao giờ tự hỏi, *Làm sao tôi biết lời cầu nguyện của mình có hiệu quả?* Cách duy nhất để biết được là **cầu nguyện và quan sát kết quả** .

Cầu nguyện giống như **khoa học** — các nhà khoa học tiến hành thí nghiệm để xem phương pháp nào hiệu quả.

Chúng ta có thể làm như vậy với lời cầu nguyện.

- Điều gì xảy ra khi tôi cầu nguyện cho người đang gặp khó khăn?
- Cầu nguyện có thay đổi được tình hình tại nơi làm việc không?
- Liệu lời cầu nguyện có thể ảnh hưởng đến thái độ của mọi người xung quanh tôi không?

"Hãy lấy điều nầy mà thử Ta," Đức Giê-hô-va vạn quân phán, "và xem Ta có mở các cửa sổ trên trời, đổ phước xuống đến nỗi không chỗ chứa chăng." — Ma-la-chi 3:10

Thiên Chúa mời gọi chúng ta **thử nghiệm lòng thành tín của Ngài qua lời cầu nguyện** .

Những thí nghiệm cầu nguyện đơn giản để thử

1. Cầu nguyện chớp nhoáng trong suốt cả ngày

Thay vì cầu nguyện dài dòng, hãy thử **cầu nguyện nhanh và thầm lặng** cho những người bạn gặp.

- **Tại nơi làm việc:** *"Lạy Chúa, xin ban cho ông chủ của con sự khôn ngoan ngày hôm nay."*
- **Tại cửa hàng:** *"Lạy Chúa, xin tình yêu của Chúa bao phủ người thu ngân này."*
- **Trong khi lái xe:** *"Lạy Chúa, xin hãy giữ cho thành phố này được an toàn hôm nay."*

Quan sát: Bạn có nhận thấy sự thay đổi trong thái độ của mình không? Mọi người có phản ứng khác không?

2. Cầu nguyện cho các tiêu đề tin tức

Thay vì cảm thấy choáng ngợp bởi tin xấu, **hãy biến nó thành lời cầu nguyện** .

- Nếu bạn nghe nói về chiến tranh, hãy cầu nguyện cho **hòa bình** .
- Nếu bạn thấy bất công, hãy cầu nguyện cho **công lý và sự bảo vệ** .
- Nếu có thiên tai xảy ra, hãy cầu nguyện để được **giúp đỡ và chữa lành** .

Quan sát: Bạn có cảm thấy bớt lo lắng và hy vọng hơn khi cầu nguyện không?

3. Cầu nguyện cho một người "Khó khăn"

Chọn một người khó giao tiếp—có thể là **sếp, đồng nghiệp hoặc thành viên gia đình** .

- Mỗi ngày trong một tuần, **hãy cầu nguyện cho họ** —xin Chúa ban phước cho họ, thay đổi tấm lòng họ và hướng dẫn họ.
- Hãy cầu xin Chúa thay đổi **thái độ của bạn** đối với họ.

Quan sát: Họ có bắt đầu hành động khác đi không? Bạn có cảm thấy bình yên hơn khi ở cạnh họ không?

4. Đi bộ cầu nguyện

Đi bộ một đoạn ngắn quanh khu phố của bạn, xung quanh nơi làm việc hoặc thậm chí trong trung tâm mua sắm.

- thầm lặng **cho những người và địa điểm** bạn đi qua.
- Hãy cầu xin Chúa **ban phước cho các gia đình, doanh nghiệp và trường học** .
- Cầu nguyện cho **những cuộc hẹn thiêng liêng** —cơ hội để khích lệ ai đó.

Quan sát: Bạn có cảm nhận được sự **thay đổi trong bầu không khí không** ? Có ai bất ngờ mở lòng với bạn không?

Chìa khóa cho những thí nghiệm cầu nguyện mạnh mẽ

Bạn càng **cầu nguyện một cách có chủ đích** , bạn sẽ càng **thấy Chúa hành động** .

- **Hãy ghi nhật ký về những lần cầu nguyện thử nghiệm của bạn.**
- **Hãy kiên nhẫn—một số lời cầu nguyện cần có thời gian!**
- **Hãy mong đợi những điều bất ngờ—Chúa hành động theo những cách không ngờ tới!**

"Hãy xin thì sẽ được; hãy tìm thì sẽ thấy; hãy gõ cửa thì sẽ mở cho." — Ma-thi-ơ 7:7

Kế hoạch hành động: Các bước để củng cố đời sống cầu nguyện của bạn

1. **Chọn một thí nghiệm cầu nguyện để thử trong tuần này.**

1. **Hãy ghi nhật ký về những lời cầu nguyện và quan sát của bạn.**

1. **Chia sẻ lời chứng với người khác—tôn vinh những lời cầu nguyện được đáp lời!**

1. **Hãy cầu xin Chúa ban cho bạn nhiều sự sáng tạo hơn trong cách cầu nguyện.**

1. **Đừng bỏ cuộc!** Ngay cả khi bạn không thấy kết quả ngay lập tức, hãy tiếp tục cầu nguyện.

Câu hỏi phản ánh:

1. Thách thức lớn nhất của tôi khi cầu nguyện là gì?
2. Tôi đã từng thử "thí nghiệm cầu nguyện" chưa? Chuyện gì đã xảy ra?
3. Làm sao tôi có thể biến nhiều khoảnh khắc trong ngày thành **cơ hội cầu nguyện** ?
4. Lĩnh vực nào trong cuộc sống của tôi cần được **cầu nguyện nhiều hơn** vào lúc này?

Phần ghi nhật ký:

- Hôm nay, tôi thử nghiệm kiểu cầu nguyện này:
- Tôi đã cầu nguyện cho:
- Những gì tôi nhận thấy hoặc trải nghiệm:
- Một câu Kinh Thánh khuyến khích tôi tiếp tục cầu nguyện:

Bản tóm tắt:

Nhiều người đấu tranh với lời cầu nguyện vì họ không **thấy kết quả ngay lập tức** . Nhưng nếu lời cầu nguyện giống như gieo hạt giống thì sao? Một số lời cầu nguyện cần thời gian để nảy mầm, trong khi những lời cầu nguyện khác mang lại kết quả ngay lập tức. Chương này khám phá **những cách thực tế để kiểm tra sức mạnh của lời cầu nguyện** , khuyến khích chúng ta trở thành **những nhà thám hiểm tâm linh** — sẵn sàng bước ra ngoài, cầu nguyện mạnh dạn và xem Chúa làm gì.

Suy nghĩ và hành động cuối cùng

Cách tốt nhất để phát triển trong sự cầu nguyện là **cầu nguyện và quan sát những gì xảy ra** . Hãy mạnh dạn, hãy mong đợi và **quan sát cách Chúa hành động khi bạn cầu nguyện!**

Chương 5: Đấng Christ—Câu trả lời

Chủ đề chính:

- Lời dạy của Chúa Jesus cung cấp câu trả lời cuối cùng cho các vấn đề của thế giới.
- Người theo đạo Thiên Chúa phải trở nên "thấm nhuần Đấng Christ", để cuộc sống và suy nghĩ của Ngài định hình cuộc sống và suy nghĩ của họ.
- Cầu nguyện đích thực có nghĩa là kết nối hoàn toàn với Chúa Kitô.
- Càng gần gũi với Chúa, lời cầu nguyện của họ càng trở nên mạnh mẽ hơn.

Chúa Giê-su—Nguồn gốc của mọi quyền năng

Trong suốt lịch sử, **những nhà tư tưởng, nhà khoa học và nhà lãnh đạo vĩ đại nhất** đã tìm kiếm **chân lý và ý nghĩa** . Tuy nhiên, Chúa Jesus đã ban cho chúng ta **những câu trả lời mà chúng ta cần** :

"Ta là đường đi, lẽ thật và sự sống. Không ai đến được cùng Cha mà không qua Ta." — Giăng 14:6

Chúa Giê-su không chỉ dạy **về Đức Chúa Trời** mà **Ngài còn là Đức Chúa Trời trong hình hài con người** .

- **Trí tuệ** của Ngài lớn hơn kiến thức của thế gian.
- **Tình yêu** của Ngài sâu sắc hơn mối quan hệ giữa con người.
- **Sức mạnh** của ngài mạnh hơn bất kỳ thế lực nào trên trái đất.

Chúng ta có đang lắng nghe đúng giọng nói không?

Chúng ta đang sống trong một thế giới ồn ào, đầy rẫy:

- Tin tức, ý kiến và vô số sự xao lãng.
- Các tiếng nói trên mạng xã hội đang cạnh tranh để thu hút sự chú ý.
- Những hướng dẫn tự lực khiến mọi người cảm thấy **trống rỗng và bối rối** .

Tuy nhiên, **có một tiếng nói quan trọng hơn hết thảy** — tiếng nói của Chúa Jesus.

Làm thế nào để ở gần Chúa Jesus thay đổi mọi thứ

Cầu nguyện không chỉ là cầu xin điều gì đó mà còn là **duy trì sự kết nối với Chúa Kitô** .

1. Chúa Kitô ban cho chúng ta một tư duy mới

- Thế gian nói: *"Bạn phải tự lo liệu thôi."*
- Chúa Giê-su phán: *"Ta sẽ không bao giờ lìa ngươi, không bao giờ bỏ rơi ngươi"* *(Hê-bơ-rơ 13:5).*

2. Khi chúng ta suy nghĩ như Chúa Kitô , chúng ta thay thế:

- **Lo lắng với đức tin**
- **Sợ hãi với lòng can đảm**
- **Sự nhầm lẫn với sự rõ ràng**

"C**húng ta có tâm trí của Đấng Christ.**" — 1 Cô-rinh-tô 2:16

3. Sự hiện diện của Chúa Kitô ban cho chúng ta sức mạnh

Cuộc sống có thể **rất khó khăn** , nhưng khi chúng ta dành thời gian cho Chúa Giêsu:

- **Chúng ta cảm thấy bình yên trong cơn bão.**
- **Chúng ta vẫn có niềm vui ngay cả trong thử thách.**
- **Chúng ta vẫn tìm thấy hy vọng ngay cả khi cuộc sống trở nên đen tối.**

"Hỡi những ai mệt mỏi, hãy đến cùng Ta, Ta sẽ cho các ngươi được yên nghỉ." — Ma-thi-ơ 11:28

4. Chúa Kitô lấp đầy sự trống rỗng trong cuộc sống của chúng ta

Nhiều người tìm kiếm ý nghĩa trong:

- **Tiền bạc, mối quan hệ hoặc thành công.**
- **Giải trí, thú vui hoặc sự xao lãng.**
- **Các nghi lễ tôn giáo không thực sự liên quan đến Chúa.**

Nhưng **chỉ có Chúa Kitô mới làm thỏa mãn tâm hồn** .
"Ai uống nước Ta cho sẽ không bao giờ khát nữa." — Giăng 4:14

Làm thế nào để duy trì sự kết nối với Chúa Kitô mỗi ngày

1. **Bắt đầu ngày mới với Chúa Jesus**
    - Trước khi kiểm tra điện thoại, hãy dành chút thời gian để **cầu nguyện và lắng nghe** .
    - Đọc một câu Kinh Thánh và hỏi: *"Lạy Chúa, hôm nay Chúa muốn dạy con điều gì?"*
2. **Cầu nguyện suốt cả ngày**
    - Duy trì **những cuộc trò chuyện ngắn với Chúa Giêsu** khi bạn làm việc, lái xe hoặc thư giãn.
3. **Hãy lấp đầy tâm trí bạn bằng lời của Ngài**
    - Học thuộc một câu thơ mỗi tuần.
    - Thay thế những suy nghĩ tiêu cực bằng sự thật của Chúa.
4. **Thờ phượng và cảm tạ Ngài hằng ngày**
    - Một trái tim biết ơn **luôn gần gũi với Chúa** .
5. **Kết thúc một ngày trong sự hiện diện của Ngài**
    - Hãy suy ngẫm về lòng nhân từ của Ngài trước khi đi ngủ.

Kế hoạch hành động: Các bước để đào sâu hành trình theo Chúa Kitô của bạn

1. Cam kết dành thời gian cho Chúa mỗi buổi sáng.

1. Hãy nói chuyện với Ngài suốt cả ngày—cầu nguyện là một cuộc trò chuyện, không phải là một nghi lễ.

1. Thay thế nỗi sợ hãi và nghi ngờ bằng đức tin vào lời hứa của Chúa Kitô.

1. Hãy lắng nghe nhiều hơn—hãy cầu xin Chúa Giê-su hướng dẫn và mong đợi Ngài phán bảo.

1. Hãy ở bên những người khuyến khích đức tin của bạn.

Câu hỏi phản ánh:

1. Tôi có thực sự tin rằng Chúa Jesus là câu trả lời cho những khó khăn của tôi không?
2. Tôi dành bao nhiêu thời gian để lắng nghe Chúa Jesus so với lắng nghe thế gian?
3. Trong cuộc sống của tôi, có lĩnh vực nào mà tôi cần nhiều sự khôn ngoan của Chúa hơn không?
4. Tôi có thể làm gì mỗi ngày để đến gần Chúa Jesus hơn?

Phần ghi nhật ký:

- Hôm nay, tôi dành thời gian với Chúa Giêsu bằng cách:
- Một câu Kinh Thánh đã tiếp thêm sức mạnh cho tôi:
- Một nỗi sợ hãi hoặc nghi ngờ mà tôi đã trao cho Chúa trong lời cầu nguyện:
- Một sự thay đổi mà tôi nhận thấy trong suy nghĩ hoặc thái độ của mình:

Bản tóm tắt:

Nhiều người tìm kiếm **sự bình an, trí tuệ và mục đích** ở những nơi không đúng. Sự thật là, **Chúa Jesus Christ là câu trả lời cuối cùng cho mọi nhu cầu và cuộc đấu tranh mà chúng ta phải đối mặt** . Trong chương này, chúng ta khám phá cách duy trì kết nối với Chúa Jesus thông qua lời cầu nguyện biến đổi tâm trí, trái tim và hành động của chúng ta.

Suy nghĩ và hành động cuối cùng

Chúa Jesus không chỉ là một phần của cuộc sống—Ngài chính là cuộc sống.

Chúng ta càng **kết nối với Ngài** , chúng ta càng **trải nghiệm được quyền năng, sự bình an và sự khôn ngoan mà chúng ta cần** .

Hãy để Chúa Giê-su là trung tâm của mọi sự—và hãy xem cuộc sống thay đổi thế nào!

Chương 6: Sức mạnh khủng khiếp của chúng ta

Chủ đề chính:

- Mỗi suy nghĩ và lời cầu nguyện đều có tác động, ngay cả khi không nhìn thấy được.
- Nhân loại có khả năng định hình tương lai, nhưng thường không sử dụng nó.
- Nếu có đủ người cầu nguyện thường xuyên, thế giới có thể được biến đổi.
- Cuộc chiến tâm linh giữa thiện và ác là có thật, và cầu nguyện chính là vũ khí trong cuộc chiến này.

Sức mạnh của một lời cầu nguyện

Hãy nghĩ về điều này:

- Một lời cầu nguyện **đã cứu Đa-ni-ên trong hang sư tử** .
- Một lời cầu nguyện **đã rẽ đôi Biển Đỏ** .
- Một lời cầu nguyện **đã khiến Lazarus sống lại từ cõi chết** .

Nếu Chúa đã làm việc qua **lời cầu nguyện của một người trong Kinh Thánh** , thì Ngài cũng có thể làm việc qua lời cầu **nguyện của bạn ngày hôm nay** .

"Lời cầu nguyện của người công chính có sức mạnh và hiệu quả." — Gia-cơ 5:16

Nhiều người nói, *"Tôi chỉ là một người. Tôi có thể làm gì?"*

Câu trả lời? **Nhiều hơn bạn nghĩ!**

Suy nghĩ của chúng ta có sức mạnh

Khoa học xác nhận những gì Kinh thánh đã nói với chúng ta - **suy nghĩ của chúng ta tạo nên thực tế** .

- Những suy nghĩ tiêu cực dẫn đến **căng thẳng, sợ hãi và không hành động** .
- Những suy nghĩ tràn đầy đức tin sẽ mang lại **sự bình an, tự tin và mạnh dạn** .

"Người ta suy nghĩ trong lòng thể nào, thì người ấy quả thể ấy." — Châm Ngôn 23:7

Chúng ta càng lấp đầy tâm trí mình bằng **chân lý của Chúa** , chúng ta càng thấy **nhiều phép lạ, đột phá và sự biến đổi** .

Chúng ta là những người đồng sáng tạo với Chúa

Chúa đã ban cho chúng ta khả năng **nói lời sống động, cầu nguyện với quyền năng và hành động** .

"Tôi đã nói: 'Các ngươi là thần; các ngươi đều là con trai của Đấng Tối Cao.'" — Thi Thiên 82:6

Điều này không có nghĩa là chúng ta là thần thánh, nhưng nó có nghĩa là **chúng ta đã được ban cho sức mạnh thần thánh** để mang lại sự thay đổi:

- **Qua lời cầu nguyện của chúng tôi**
- **Qua lời nói của chúng tôi**
- **Thông qua hành động của chúng tôi**

Chúng ta không chỉ là **khán giả** trong cuộc sống mà còn là **người đồng sáng tạo với Chúa** .

Làm thế nào để sử dụng sức mạnh do Chúa ban cho bạn một cách khôn ngoan

1. **Cầu nguyện với sự mong đợi**
    - Đừng cầu nguyện **những lời cầu nguyện nhỏ nhặt và đáng ngờ nữa** .
    - Hãy tin rằng Chúa **sẽ lắng nghe và trả lời** .
2. **Nói về sự sống, không phải cái chết**
    - Lời nói của bạn **tạo nên hiện thực** —nói lên đức tin, hy vọng và phước lành.
    - Tránh nói những lời tiêu cực hoặc phàn nàn.
3. **Hãy hành động táo bạo**
    - Cầu nguyện mà không hành động thì **không trọn vẹn** .
    - Nếu Chúa cho bạn một ý tưởng, **hãy bước ra và thực hiện nó** !
4. **Hãy vây quanh mình bằng những người tràn đầy đức tin**
    - Niềm tin có **tính lây lan** - hãy dành thời gian với những người tin vào điều không thể.

Kế hoạch hành động: Làm thế nào để bước đi trong sức mạnh do Chúa ban cho bạn

1. Hãy cầu nguyện mạnh dạn—mong đợi những điều lớn lao từ Chúa.

1. Hãy cầu chúc phước lành cho bản thân, gia đình và tương lai của bạn.

1. Hãy hành động theo ước mơ mà Chúa đặt để trong lòng bạn.

1. Đừng để nỗi sợ hãi kiểm soát bạn—hãy chọn đức tin.

1. Hãy nói lên suy nghĩ của mình về hoàn cảnh thay vì phàn nàn.

Câu hỏi phản ánh:

1. Tôi có thực sự tin rằng lời cầu nguyện của tôi có sức mạnh không?
2. Tôi có đang giới hạn những gì Chúa có thể làm trong cuộc sống của tôi không?
3. Tôi cần phải bắt đầu cầu nguyện bằng một lời cầu nguyện can đảm nào?
4. Tôi có thể sử dụng lời nói và hành động của mình như thế nào để mang lại sự thay đổi tích cực?

Phần ghi nhật ký:

- Một lời cầu nguyện mạnh mẽ mà tôi đã cầu nguyện ngày hôm nay:
- Một bước đi đầy đức tin mà tôi đang thực hiện:
- Một câu Kinh Thánh khiến tôi mạnh mẽ hơn:
- Một sự thay đổi mà tôi tin Chúa sẽ thực hiện:

Bản tóm tắt:

Nhiều người **đánh giá thấp sức mạnh của chính mình** . Nhưng sự thật là, suy nghĩ, lời cầu nguyện và hành động của chúng ta **định hình thế giới** . Trong chương này, chúng ta khám phá cách Chúa ban cho chúng ta **khả năng ảnh hưởng đến cuộc sống, thay đổi tình huống và tác động đến tương lai thông qua lời cầu nguyện** .

Suy nghĩ và hành động cuối cùng

Bạn **không yếu đuối, bất lực hay tầm thường** .

Bạn là **con của Chúa, được tràn đầy Thánh Linh của Ngài và được kêu gọi để làm những điều vĩ đại** .

"Chúng ta CÓ THỂ! Nhiều người trong chúng ta CÓ THỂ! Nếu chúng ta cầu nguyện, chúng ta CÓ THỂ thay đổi thế giới."

Bạn có thể tham gia cộng đồng 10 triệu người trên Facebook qua liên kết này –

https://www.otakada.org/facebookintercessory

Bạn có thể tham gia Cộng đồng 10 triệu Người cầu thay trên WhatsApp qua liên kết này –

https://www.otakada.org/whatsappintercessory

BẠN CÓ THỂ TÌM HIỂU về 10 triệu điều phối viên phong trào Người cầu thay tại God's Eagle Ministries (GEM) qua liên kết này – https://www.otakada.org

Hẹn gặp lại bạn ở bên kia nhé!

Đội quân cầu thay của God's Eagle Ministries (GEM) cho thời kỳ cuối cùng!

Kế hoạch cầu nguyện cá nhân và nhóm

Tại sao phải có kế hoạch cầu nguyện?

Nhiều người gặp khó khăn trong việc kiên trì cầu nguyện. Kế hoạch này sẽ giúp bạn **phát triển thói quen cầu nguyện mạnh mẽ và hiệu quả** —dù là một mình hay trong nhóm.

Kế hoạch cầu nguyện cá nhân (Thói quen hàng ngày)

Mục tiêu: Xây dựng thói quen cầu nguyện hằng ngày mạnh mẽ để tăng cường mối liên hệ của bạn với Chúa.

Cầu nguyện buổi sáng (10–15 phút)

Bắt đầu bằng Lễ Tạ ơn: Cảm ơn Chúa vì một ngày nữa, những phước lành và sự hiện diện của Ngài.

Giao phó ngày của bạn cho Chúa: Cầu xin sự khôn ngoan, bình an và những cơ hội thiêng liêng.

Cầu nguyện cho chính bạn: Sức mạnh, trí tuệ, sự bảo vệ và sự phát triển về mặt tâm linh.

Cầu nguyện cho người khác: Gia đình, bạn bè và những người mà Chúa đặt để trong lòng bạn.

Cầu nguyện cho thế giới: Các nhà lãnh đạo, nhà thờ và các vấn đề toàn cầu.

Ví dụ:

"Lạy Chúa, con dâng Chúa ngày hôm nay. Xin đổ đầy Thánh Linh Chúa vào con, hướng dẫn bước chân con và giúp con bước đi trong tình yêu và quyền năng của Chúa."

Cầu nguyện giữa trưa (Cầu nguyện chớp nhoáng trong suốt cả ngày)

Hãy cầu nguyện cho những người bạn gặp hoặc nghe nói đến.

Biến căng thẳng hoặc thất vọng thành lời cầu nguyện.

Hãy cầu xin Chúa ban cho sự khôn ngoan khi đưa ra quyết định.

Ví dụ:

"Lạy Chúa, xin giúp con đáp lại bằng tình yêu thương và sự kiên nhẫn trong tình huống này."

Cầu nguyện buổi tối (10–15 phút)

Suy ngẫm về ngày hôm nay: Bạn thấy Chúa làm việc ở đâu?

Ăn năn về bất cứ điều gì cần thay đổi: Hãy cầu xin sự tha thứ và trưởng thành.

Cầu nguyện cho những người thân yêu và Giáo hội: Xin Chúa tác động vào cuộc sống của họ.

Cầu nguyện cho ngày mai: Hãy từ bỏ kế hoạch của bạn và tin vào sự hướng dẫn của Chúa.

Ví dụ:

"Lạy Chúa, con cảm ơn Chúa vì ngày hôm nay. Con tin cậy Chúa vào ngày mai và phó thác mọi sự trong tay Chúa."

Kế hoạch cầu nguyện nhóm (Hướng dẫn họp hàng tuần)

Mục tiêu: Tăng cường sự hiệp nhất, đức tin và sự cầu bầu thông qua **việc cầu nguyện chung theo nhóm** .

Cấu trúc đề xuất cho buổi cầu nguyện kéo dài 1 giờ:

1. Lễ khai mạc và Lễ Tạ ơn (10 phút)

- Bắt đầu bằng một **bài hát tôn giáo** hoặc khoảnh khắc biết ơn.
- Đọc một **câu Kinh thánh về sự cầu nguyện** (ví dụ: *Ma-thi-ơ 18:19-20*).

2. Suy ngẫm và chứng ngôn cá nhân (10 phút)

- Chia sẻ **những lời cầu nguyện được đáp lời** trong tuần qua.
- Thảo luận về **những thách thức và chiến thắng khi cầu nguyện** .

3. Chủ đề cầu nguyện tập trung (tổng cộng 30 phút)

- **Tuần 1: Cầu nguyện cho các nhà lãnh đạo thế giới và hòa bình (10 phút)**
- **Tuần 2: Cầu nguyện cho Giáo hội và các nhà truyền giáo (10 phút)**
- **Tuần 3: Cầu nguyện cho sự phát triển cá nhân và sức mạnh tâm linh (10 phút)**
- **Tuần 4: Cầu nguyện cho sự Phục hưng Toàn cầu và những người bị lạc lối (10 phút)**

4. Cầu nguyện lắng nghe trong thinh lặng (5 phút)

- Hãy dành thời gian **lắng nghe** sự hướng dẫn của Chúa.

5. Kết thúc cam kết và khuyến khích (5 phút)

- Mỗi người **chia sẻ một mục tiêu cầu nguyện** trong tuần.
- Kết thúc bằng **lời cầu nguyện chúc phúc của nhóm** .

Nhật ký cầu nguyện (Theo dõi lời cầu nguyện và câu trả lời của bạn)

Sử dụng nhật ký này để **ghi lại những lời cầu nguyện và theo dõi những lời cầu nguyện được đáp lại** .

Date	Prayer Request	Bible Verse to Stand On	Answered? (Yes/ No/In Progress)
02/21/ 2025	Healing for a friend	Isaiah 53:5	In Progress
02/22/ 2025	Wisdom for a big decision	James 1:5	Yes!
02/23/ 2025	Peace in a conflict	Philippians 4:7	No (Trusting God)

Những câu hỏi suy ngẫm cho Nhật ký cầu nguyện của bạn:

1. Bạn nhận thấy có mô hình nào trong lời cầu nguyện của mình?
2. Lời cầu nguyện nào được đáp lại nhanh chóng và lời cầu nguyện nào mất nhiều thời gian hơn?
3. Việc theo dõi lời cầu nguyện có giúp củng cố đức tin của bạn như thế nào?

Lời động viên cuối cùng: Hãy tiếp tục cầu nguyện!

Cầu nguyện **thay đổi cuộc sống, quốc gia và lịch sử** —và lời cầu nguyện của bạn đang tạo nên sự khác biệt! Hãy luôn cam kết, luôn trông đợi và hãy xem Chúa làm gì.

"Chớ mệt mỏi khi làm điều thiện, vì nếu chúng ta không nản lòng, thì đến kỳ chúng ta sẽ gặt." — Ga-la-ti 6:9

Kết luận: Thế giới đang chờ đợi lời cầu nguyện của bạn

Hãy tưởng tượng một ngày nào đó bạn đứng trước Chúa và chứng kiến **mọi cuộc đời được lời cầu nguyện của bạn chạm đến, mọi quốc gia được thay đổi và mọi phép lạ được thực hiện vì bạn đã dám cầu nguyện.**

Bạn có cầu nguyện nhiều hơn không?

Bạn có tin nhiều hơn thế không?

Bạn có hiểu rằng **lời cầu nguyện là sức mạnh vĩ đại nhất trên thế giới này không - sức mạnh mà Chúa đã giao phó cho bạn?**

Sự thật là **lời cầu nguyện của bạn rất quan trọng.**

- Lời cầu nguyện của bạn có thể **chữa lành trái tim tan vỡ.**
- Lời cầu nguyện của bạn có thể **tác động đến các nhà lãnh đạo thế giới.**
- Lời cầu nguyện của bạn có thể **phá vỡ xiềng xích của chứng nghiện, hàn gắn gia đình và mang lại sự hồi sinh cho các quốc gia.**

Bạn nắm giữ nhiều quyền lực hơn bạn nghĩ.

Đừng chỉ đọc—Hãy hành động

Đây **không phải là kết thúc—mà là sự khởi đầu** của một cách sống mới. Một cuộc sống mà cầu nguyện không chỉ là điều bạn làm, mà là sức mạnh bạn giải phóng hàng ngày.

Từ bây giờ:

Hãy cầu nguyện với lòng mạnh dạn.

Hãy cầu nguyện với sự mong đợi.

Hãy cầu nguyện như thể thế giới phụ thuộc vào nó—vì đúng là như vậy.

Bạn không cần phải là một mục sư, một học giả hay một nhân vật của công chúng. Bạn chỉ cần một trái tim sẵn sàng tìm kiếm Chúa và **một đức tin đủ mạnh mẽ để tin rằng Ngài vẫn đang hành động.**

Vậy thì hãy đứng lên.

Hãy vào vị trí của mình.

Thế giới đang chờ đợi lời cầu nguyện của bạn.

Bạn đã sẵn sàng để thay đổi lịch sử chưa?

Sau đó **bắt đầu cầu nguyện.**

Bạn có thể tham gia cộng đồng 10 triệu người trên Facebook qua liên kết này –

https://www.otakada.org/facebookintercessory

Bạn có thể tham gia Cộng đồng 10 triệu Người cầu thay trên WhatsApp qua liên kết này –

https://www.otakada.org/whatsappintercessory

BẠN CÓ THỂ TÌM HIỂU về 10 triệu điều phối viên phong trào Người cầu thay tại God's Eagle Ministries (GEM) qua liên kết này – https://www.otakada.org

Hẹn gặp lại bạn ở bên kia nhé!

Đội quân cầu thay của God's Eagle Ministries (GEM) cho thời kỳ cuối cùng!

Phần Nhật ký – Chương 1

Phần Nhật ký – Chương 2

Phần Nhật ký – Chương 3

Phần Nhật ký – Chương 4

Phần Nhật ký – Chương 5

Phần Nhật ký – Chương 6